கவிஞனின் கவியுலகம்

நூலாசிரியர்
சு. சரவணன்

தொகுப்பு
ஒலி எழுப்புத் தோழமை

கவிஞனின் கவியுலகம்
கவிதை
ஆசிரியர் : சு.சரவணன் ©
முதல் பதிப்பு : ஆகஸ்ட் 2022
வெளியீடு : ஏலே பதிப்பகம்
5/175, பாத்திமா நகர், கூத்தென்குழி,
திருநெல்வேலி - 627104
தொடர்புக்கு : +91 9944992571

Kavignanin kaviyulakam
Poetry
by S Saravanan ©
First Edition : August 2022
Pages: 97
ISBN : 978-93-5533-495-4
Aelay Publish
Contact : +91 9944992571
Designed by : Aelay publish team

என்னுரை

நற்றமிழ் வான்தமிழ் செந்தமிழ் செம்மொழி என பலவாராய் போற்றப்படும் அன்னைத் தமிழை சிறுவயதில் இருந்து கேட்டும் படித்தும் மகிழ்ச்சி அடைந்தேன். அழகு தமிழில் நானும் ஏதேனும் சாதிக்க வேண்டும் என்ற எண்ணம் நீண்ட நாளாக என் மனதில் ஒலித்துக் கொண்டிருந்தது. சிறு வயதில் இருந்து நான் பார்த்த கேட்ட தலைப்பு ஏற்ற வகையில் சிறு சிறு வார்த்தைகளை வாக்கியங்களாக கோர்வையாக எழுதிக் கொண்டிருந்தேன்.

என்னுடைய இந்த ஆர்வமானது கொரோனா கால ஊரடங்கின் போது பல்வேறு தமிழ் அமைப்புகள் நடத்திய கவியரங்கில் கலந்து கொள்ளும் வாய்ப்பு கிடைக்கப்பெற்று எனது கவிதையாக வெளிப்படுத்தினேன் . அதன்மூலம் தமிழ் மீது கொண்ட தீராத பற்று காரணமாக பல்வேறு தலைப்புகளில் கவிதை எழுத வேண்டும் என்ற ஆர்வத்தை ஏற்படுத்தி பல கவிதைகளை எழுத தூண்டியது.

நான் எழுதிய கவிதைகளை தற்போது நூலாக வெளியிடும் வாய்ப்பை உருவாக்கி இருக்கிறது. தமிழின் மீது நான்

கொண்ட பற்றை நிறைவேற்றுவிதமாக எனது கவிதையை தொகுத்து நூலாக வெளியிடும் வாய்ப்பை **ஒலி எழுப்பும் தோழமை** அமைப்பின் மூலம் நிறைவேற இருப்பதை எண்ணி மட்டற்ற மகிழ்ச்சி அடைகின்றேன்.

என் நூலின் வெளியீட்டுக்குப் பின் எனது தமிழ் பணி மேன்மேலும் சிறக்கும் என்பதில் சிறிதளவு ஐயமில்லை தமிழுக்கு தொண்டு செய்வோம் என் இனிய தமிழை உலகறி செய்வோம் அனைவருக்கும் எனது மனமார்ந்த நன்றிகள்

முதலைப்பட்டி
சு.சரவணன்
ஊராட்சி ஒன்றிய நடுநிலைப்பள்ளி
பட்டதாரி ஆசிரியர்
நாமக்கல்

வாழ்த்துரை

கவித்தென்றல். ஸ்ரீ.ரேவதி
M.A.,DFT.,CLIS.,DCA.,
(குமரி தமிழி)
சேலம் மற்றும் கள்ளக்குறிச்சி

அன்புடையீர் வணக்கம்...

அன்பும் பண்பும் நிறைந்த உறவுகளுக்கு வணக்கங்கள் ......

அத்தகைய கவியால் இணைந்த உறவு தான் இன்றைய இந்நூலின் தலைவராக இருக்கக் கூடிய நூலாசிரியர் சரவணன் அவர்களின் கவிதை.

இவரின் கவிதை நூலுக்கு வாழ்த்துரை அளிப்பதில் நான் பெருமகிழ்ச்சி அடைகின்றேன். இவர் எழுதிய கவிதை முழுவதும் ஓர் அழகான உரைநடைக் கவிதை மையப்படுத்தியதாகவே அமைந்துள்ளது.

எளிமையும் அழகான நடையும் கொண்ட இவரின் கவிகளுக்கு சமர்ப்பணம் எனது வாழ்த்துரை.

மாணவர்கள் , ஆசிரியர்கள், தமிழ் ஆர்வலர்கள் ,கவிஞர்கள் என அனைவரும் எளிமையாகப் புரியும் வகையில் கருத்துக்களோடு கருத்து அமைத்துள்ளார் நம் கவிஞர்.

ஆகையாலே இந்த நூல் கவிஞனின் கவி உலகமாக வளம் வரப்போகின்றது என்பதை நாம் அனைவரும் அறியலாம். கவிகளை எழுப்பி கவி உலகிற்கு கவி படைத்த கவிஞனுக்கு எனது வாழ்த்துக்களும் பாராட்டுக்களும்.

என்றும்

கவிதென்றல். ரேவதிஶ்ரீதர்
ஒலி எழுப்புத் தோழமை

வாழ்த்துரை

அனைவருக்கும் வணக்கம்.

எனது நண்பர் திரு சு.சரவணன் ஐயா கணித ஆசிரியர் சிறந்த தமிழ் ஆர்வலர் கவிஞர் அவருடைய கவிதைகளை புத்தகமாக வெளியிட முன்வந்துள்ள ஒலி எழுப்பு தோழா என்ற அமைப்பின் அனைத்து ஸ்தாபகர்களுக்கும் எனது மனமார்ந்த நன்றியினை தெரிவித்துக் கொள்கிறேன்.

ஐயா அவர்கள் எனது நீண்ட நாளைய நண்பர் ஆவார். அவருடைய கவிதைகளை எழுதும் போதே படித்து வியந்த ஒரு ரசிகனும் நானாவேன். அந்த வகையில் ஐயா அவர்களின் கவிதையை வாழ்த்தி வாழ்த்துரை எழுதுவதில் நான் மிகவும் பெருமை அடைகிறேன். கவிதை என்பது வார்த்தைகளை கோர்த்து ஒரு அழகான வரிகளால் புனைந்து கூறும் கதையாக மட்டுமில்லாமல் ஐயா அவர்கள் எழுதும்போதே அதில் நாட்டுக்கு கூற வேண்டிய செய்திகளை மிக அதிக அளவில் குறிப்பிடுவார்.

அதில் கவிநடை குறையாமல் வழங்குவதில் வல்லவர் ஆவார். புதுமை கவிஞர்கள் பாரதிதாசன் பாரதியார் சுரதா என்று பலரை நாம் ப்டித்து வருகிறோம் அந்த

வகையில் எனது நண்பர் திரு சு.சரவணன் அய்யா அவர்களும் இருக்கிறார் என்பது என்னுடைய மட்டில் மிகவும் பெருமை அடைகிறேன். இன்றைய கவிஞர்கள் பலர் கவிதை என்பது வார்த்தைகளை கோர்க்கும் ஒரு சொல் அழகு களஞ்சியமாக மட்டுமே கருதுகிறார்கள் ஆனால் சில கவிஞர்கள் மட்டுமே தங்களுடைய கவிதைகளில் சமுதாய நலம் மாணவர் நலம் உலக நலம் என பல்வேறு நற்கருத்துக்களையும் கலந்து கூறுகிறார்கள். அந்த வகையில் எனது நண்பரின் கவிதை அனைத்திலும் உலக நலனும் சமுதாய நலனும் உறவுகளின் பலமும் மேலோங்கி காணப்படும் அவற்றை படிக்கும் போது நம் ஒவ்வொருவருக்கும் அந்த கவிதையாக வாழ்ந்து விடும் உணர்வே மேலோங்கும். எடுத்துக்காட்டாக அய்யா அவர்களின் தாய் பாசம் பற்றிய கவிதைகளை படிக்கும் போது ஒரு தாயின் ஸ்பரிசத்தையும் ஒரு தாயின் பேரன்பையும் நம்மால் அளவுக்கு அதிகமாக உணர முடியும். மேலும் அவருடைய இயற்கை சார்ந்த கவிதைகளில் இயற்கையை மக்கள் பொருட்படுத்தாமல் அலட்சியப்படுத்துவதன் கோபம் வெளிப்படும் இந்த சமுதாய சீர்கேடுகளை அவர் கவிதைகளில் வடிக்கும் போது அவற்றையெல்லாம் களைந்து எறிய வேண்டும் என்ற பாரதியின் வேட்கையைப் போன்ற ரௌத்திரம் வெளிப்படும் .ஆகவே அவருடைய கவிதைகள் அனைத்தையும் படித்து அவருடைய கவிதைகளில் உள்ள பொருளையும் உணர்வு நயத்தையும் சொல்லையும் அனைத்தையும் உணர்ந்து அவற்றை முழுமையாக ஒவ்வொருவரும் தங்களுடைய வாழ்வில் ஐக்கிய படுத்திக்கொள்ள எனது வாழ்த்துக்களை தெரிவித்துக் கொள்கிறேன்.

இப்படிக்கு
பூ. பிரபு
ஆங்கில பட்டதாரி ஆசிரியர்
அரசு மேல்நிலைப்பள்ளி நாமக்கல் வடக்கு.
தமிழ் ஆர்வலர் கதை சொல்லி தமிழ் பேச்சாளர்
மாணவர்களுக்கான மனநல ஆலோசகர்.

அன்பு செய் மனமே

கல் மனமும் நல் மனமாக
கொடிய குணமும் நல் குணமாக
சுயநலம் இல்லா பொதுநலம் பேண
பொறாமை இல்லா
பெருந்தன்மை சிறக்க
கர்வம் மறைந்து
கண்ணியம் தழைக்க
ஏமாற்றம் மறைந்து
எதிர்பார்ப்பு அமைய
அதிகாரம் ஒழிந்து அமைதி நிலைக்க
ஆணவம் ஒழிந்து
அறம் நிலைக்க
ஊடல் ஒழிந்து உறவு வலுவாக
வேற்றுமை ஒழிந்து
ஒற்றுமை வலுவாக
கயமை அழிந்து கருணை பிறக்க
பொய்மை அழிந்து
மெய்மை பிறக்க
வன்மை தவிர்த்து
மென்மை செழிக்க
அச்சம் தவிர்த்து
ஆளுமை செழிக்க
சச்சரவு மடிந்து சகிப்புத்தன்மை உருவாக
அநீதி மடிந்து நீதி உருவாக
அனைத்தும் வளமாய் நலமாய் மாற
அன்பு செய் மனமே
அழகிய வாழ்வு
ஆனந்தமாய் இன்பமாய் சிறக்க
அன்பு கொள்வோம் அன்பால்
அனைத்தையும் வெல்வோம்

வாசிப்பை சுவாசிப்போம்

நூல்களை வாசிப்போம் நூலறிவை பெற்றுடுவோம்!
அறநூல்களை வாசிப்போம் அறியாமையைப்
போக்கிடுவோம் !
தேடித்தேடி வாசிப்போம் தேர்ந்தறிவை பெற்றிடுவோம்!
காலம் தோறும் வாசிப்போம் கருத்தினை பெற்றிடுவோம்!
அறிஞர்கள் வாழ்வினை அறிந்திட வாசிப்போம்!
புதிய சிந்தனையை பெற்றிட வாசிப்போம்!
புதுப்புதுச் செய்திகளை புதுமையாக அறிந்திடுவோம்!
அன்றாட நிகழ்வுகளை செய்தித்தாளில் வாசிப்போம்!
ஏட்டில் வாசிக்க மொழியறிவு பெற்றிடுவோம்!
மொழியை ரசித்திட அழகாய் வாசிப்போம்!
பண்டிகையின் சிறப்பை பாட்டாய் வாசிப்போம்!
பகுத்தறிவு சிந்தனையை பார்த்து வாசிப்போம்!
வாசிப்பை நேசிக்கும் பழக்கத்தைப் பின்பற்ற!
வாடிப்போன வாழ்க்கையும் வசந்தமாக மாற!
திறமையை வெளிப்படுத்த தேர்ந்த களம்!
எதுவென நாடி பார்க்கையில்
நல்ல நூல்கள்
வாசிப்பே நாளும் நல்ல பண்பாகும்!

🕮 வாசிப்பை நேசிப்போம்! வாழ்வை வளமாக்குவோம் !

எதிர்பார்ப்புகள்

சுயநலமில்லா பொதுநல சிந்தனை மலர
சொல்லில்லா செயலா செய்து
உதவ
ஆசையில்லா வாழ்வா
அன்பு பகிர
துன்பமில்லா தூய நெறி
நடக்க
கொடுமைல்லா கொள்கையா கொண்டு
நிற்க
நோயில்லா உடலா
வாழ்வு அமைய
பசியில்லா நிலையா
பகிர்ந்து உண்ண
அழிவில்லா அமைதி
நிலைத்து இருக்க
குற்றமில்லா இடமா கூடி வாழ்ந்திட
அச்சமில்லா ஆனந்த வாழ்வு கிடைக்க
பொய்யில்லா மெய் வாழ்வு சிறக்க
புத்தம்புது பூமியாய் புத்துணர்ச்சி தந்துவிட
தீந்தொற்றில்லா திரும்ப வாழ்வு தொடர
தீ நுண்கிருமில்லா
திடமான நல்வாழ்வு கிடைக்க
எதிர்பார்ப்புகள் நிறைவேற வேண்டுமே
ஏமாற்றமில்லா நிறைவேற வேண்டுமே

பொங்கட்டும் ஆரோக்கியம்

அதிகாலை விழித்தெழ ஆரோக்கியம் தொடங்கட்டும்
அரைசொம்பு நீர் அருந்த ஆரோக்கியம் கிடைக்கட்டும்
அதிகாலை கடனை முடிக்க ஆரோக்கியம் தொடங்கட்டும்
அளவாய் நடைபயிற்சி செய்ய ஆரோக்கியம் கிடைக்கட்டும்
அழுக்கு தேய்க்க குளிக்க ஆரோக்கியம் தொடங்கட்டும்
அழகாக ஆடை உடுத்த ஆரோக்கியம் கிடைக்கட்டும்
காலைஉணவு உண்ண ஆரோக்கியம் தொடங்கட்டும்
களிப்புடன் பணிக்கு செல்ல ஆரோக்கியம் கிடைக்கட்டும்
இடைஇடையே குடிநீர் குடிக்க ஆரோக்கியம்
தொடங்கட்டும்
இளநீரும் மோரும் அருந்த ஆரோக்கியம் கிடைக்கட்டும்
மதிய உணவு மறக்காமல் உண்ண ஆரோக்கியம்
தொடங்கட்டும்
இயன்ற அளவு நடக்க ஆரோக்கியம் கிடைக்கட்டும்
சுறுசுறுப்பாக இருக்க ஆரோக்கியம் கிடைக்கட்டும்
உடல் பெருக்க உண்பதை தவிர்க்க ஆரோக்கியம்
தொடங்கட்டும்
வீதியிலே விற்கும் விரைவுணவு தவிர்க்க ஆரோக்கியம்
கிடைக்கட்டும்
கலப்பட எண்ணெய் கண்டறிந்து தவிர்க்க ஆரோக்கியம்
கிடைக்கட்டும்
பாரம்பரிய உணவை மீட்டெடுத்து உண்ண ஆரோக்கியம்
தொடங்கட்டும்
பச்சை காய்கறிகள் பக்குவமாய் உண்ண ஆரோக்கியம்
தொடங்கட்டும்
இயற்கை விளைப்பொருள் உண்ண ஆரோக்கியம்
தொடங்கட்டும்
மாசற்ற குடிநீர் குடிக்க ஆரோக்கியம் கிடைக்கட்டும்
மண்பானை உணவு மறக்காமல் உண்ண ஆரோக்கியம்
தொடங்கட்டும்
மருந்தில்லா காய் பழம் உண்ண ஆரோக்கியம் கிடைக்கட்டும்

பச்சை கீரை பார்த்து பார்த்து உண்ண ஆரோக்கியம்
தொடங்கட்டும்
பசித்த போது உண்ண ஆரோக்கியம் கிடைக்கட்டும்
அறுவை உணவு சரிவிகிதமா உண்ண ஆரோக்கியம்
தொடங்கட்டும்
வளமான வாழ்வாய் மாற ஆரோக்கியம் கிடைக்கட்டும்
பொங்கும் பொங்கல் போல் ஆரோக்கியம் பொங்கட்டும்

உழைப்பே உயர்வு !!

உயிர் வாழ உணவு தேவை !
உணவு உற்பத்தி செய்ய உழைப்பு தேவை!
உழவன் உழைப்பே உணவு உற்பத்தி தேவை!
உழவு காளையின் உழைப்பே வயலின் தேவை!
வயலில் நாற்று நட தொழிலாளி உழைப்பு தேவை!
களை பறிக்க கதிர் அருவா உழைப்பே காலத்தின் தேவை !
வரப்பு உயர மண்வெட்டியின் உழைப்பு கதிருக்கு தேவை!
நெல் பாதுகாக்க மண்புழு உழைப்பே விளைச்சலின் தேவை!
விளைந்த நெல் மணியை உதிர மாட்டின் உழைப்பு பதராக
தேவை !
புடைத்த நெல் அரிசியாக களம் உலர மனிதனின் உழைப்பு
தேவை
பார்த்து பார்த்து பக்குவாமாய் உருவாக்கிய அரிசி
பலரும் உண்ண எத்தனை பேர் உழைப்பு தேவை
உழைப்பு உழைப்பு மட்டுமே அனைவரையும் வாழ
வைக்கும்
உண்மை நாம் அறிவோமா
உழைப்பாளியின் உழைப்பை நாளும் மறவோமா ?
உழைப்பே உயர்வு !!
உலகம் மகிழ மக்கள் மகிழ்ச்சி நிலைக்க
உழைக்கும் மக்கள் வாழ்வு உயரட்டும் !!
உழைப்பாளர் தின நல்வாழ்த்துகள்

அன்னையெனும் ஆலயம் !!

ஈரைந்து மாதம் கருவிலே சுமந்து எனை ஈன்றவளே!
ஈ,எறும்பு அண்டாமல் எனை நாளும் காத்தவளே!
பசி போக்க காலம் பாராமல் உதிரத்தை பாலாக
ஊட்டியவளே!
அழுகுரல் கேட்டவுடன் அரவணைத்து தாலாட்டு பாடி
தூங்கவைத்தவளே!
மறுபிறப்பு என்று அறிந்தும் மரணவலி அனுபவித்து
மண்ணுலகில் எனை ஈன்றவளே!
என் அழுகுரல் கேட்டு உன் வலி மறந்து மகிழ்ந்தவளே !
தோளிலும் மார்பிலும் சுமந்து வளர்த்தாய்
நாங்கள் வாழ உன்னை வருத்தி உழைக்கிறாய்!
எங்களையே உன் உலகமென நினைக்கிறாய்!
பட்டினி கிடந்தாலும் எங்களுக்கு பசிபோகவைப்பாய்!
ஆசை ஆசையாய் அன்னம் பிசைந்து ஊட்டுவாய்!
அடுத்தவர் கண்படாமல் ஆரத்தி பலஎடுப்பாய்!
அச்சம் போக ஆயிரம் கதை கூறுவாய்!
பிறவி குறையிருப்பின் பிறர் பழிக்க விடமாட்டாய்!
பேரண்பை தந்து பேரண்டமே வியக்க வைப்பாய்!
நாள்கிழமை பாராமல் நாளும் காத்திடுவாய் !
வளர்ந்து நின்றபோதும் உன் மடிமீது தலைசாயும் குழந்தை
நானல்லவோ தாயே!
என்கண் முன்னே காணும் தெய்வம் நீயல்லவோ தாயே!
பிறவி உண்டெனில் உன் வயிற்றினில் - மீண்டும்
குழந்தையாய் பிறக்க வேண்டும் தாயே!
ஆயிரம் ஆயிரம் ஆலயம் இருப்பின்
அன்னை என்னும் ஆலயத்திற்கு நிகர் உண்டோ!
அன்னையை நாளும் வணங்குவோம் !
நீயில்லாமல் நான் இல்லை அன்னையே என்றும்
என்முதல் தெய்வம் நீயே !
அன்னையர் தின வாழ்த்துகள் ...

அன்னை தந்தையே தெய்வம்

நம் கண்முன்னே காணும் தெய்வங்கள் அன்னை தந்தையே!
நம்மை உலகில் படைத்த தெய்வங்கள் அன்னை தந்தையே!
நமக்கு அன்பையும் பண்பையும் கற்றுக் கொடுத்த
தெய்வங்கள் அன்னை தந்தையே!
நம்மை உருவாக்க உண்ணாமல் உறங்காமல் வருத்தி
கொண்ட
தெய்வங்கள் அன்னை தந்தையே!
நமக்காக தனது ஆசைகளை விட்டுக் கொடுக்கும்
தியாக தெய்வங்கள் அன்னை தந்தையே!
நமக்காக நாள்கிழமை பாராமல் நாளும் உழைக்கும்
தெய்வங்கள்
அன்னை தந்தையே!
நம் வாழ்க்கை சிறக்க நாளும் சிந்திக்கும் தெய்வங்கள்
அன்னை தந்தையே
நாம் வயிறு நிரம்ப உண்ண தங்களை பட்டினி கொள்ளும்
நல்ல மனம் கொண்ட தெய்வங்கள் அன்னை தந்தையே
நம்மை புதுப்புது துணி உடுத்தி அழகு பார்த்து மகிழும்
கள்ளமில்லா
உள்ளம் கொண்ட தெய்வங்கள் அன்னை தந்தையே!
நம்மை சான்றோனாக்கி அழகு பார்க்க நாளும் பாடுபடும்
தெய்வங்கள் அன்னை தந்தையே
நாம் வாழ்வில் உயர்ந்ததை பார்த்து மகிழும் கள்ளமில்லா
உள்ளம் கொண்ட தெய்வங்கள் அன்னை தந்தையே!
நம் வீட்டில் வாழும் தெய்வங்கள் அன்னை தந்தையே!
நாம் வாழும் காலம் வரை தெய்வங்களாகிய அன்னை
தந்தை காப்போம் !அன்னை தந்தையே
நம் அன்பு அறிவு என அனைத்துமானவர்கள்
அவர்களை நாளும் இமைப்போல் காப்போம் !

மானுடம் ஈர்த்த மரங்கள்

மரம் தான் எல்லாம் மரம் தான்!
காற்றுக்கு ஆதாரம் நீருக்கு ஆதாரம்
நெருப்புக்கு ஆதாரம் நிலத்துக்கு ஆதாரம்
எல்லாம் மரம் தான்!
வான் மழை பொழிய ,வாடிய பயிரை காக்க ,
உயிர்கள் தாகம் தீர்க்க எல்லாம் மரம் தான்!
பறவைகள் கூடுகட்டி வாழ ,சிறுவர்கள் ஊஞ்சல் ஆட
எல்லாம் மரம் தான்!
வெயிலுக்கு நிழல் தர, பயண களைப்பு போக்க
எல்லாம் மரம் தான்!
குடிசை வீட்டில் கூரையாக மாடி வீட்டில்
சன்னலாக எல்லாம் மரம் தான்!
விழாவில் பந்தலாக , வரவேற்று நிற்பது
எல்லாம் மரம் தான்!
தன்னை வளர்த்தவரை மட்டுமல்ல ,
தன்னை வளர்க்காதவருக்கும் நன்மை செய்வது
எல்லாம் மரம் தான்!
வளரும் போது பயன் தருவதும்
வளர்ந்த பின்னும் பயன் தருவது
எல்லாம் மரம் தான்!
பல்லுயிர் சேர்ந்து வாழும் ஒற்றுமையின் கூடாரமாக
எல்லாம் மரம் தான்!
இலை காய்ந்து மக்கி மண்ணுக்கு உரமாவதும்,
வேலியாக பாதுகாப்பதும்
எல்லாம் மரம் தான்!
மனிதர் வாழ்வில் எல்லாப் பொருளிலும் இருப்பது
எல்லாம் மரம் தான்!
புயலோ தென்றலோ என அறிய வைப்பது
எல்லாம் மரம் தான்!
பூமி பசுமையாக காட்சி அளிப்பது
வறட்சியாக காட்சி அளிப்பது
எல்லாம் மரம் தான்!

நச்சு காற்றை உள் வாங்கி தூய காற்றை வெளியிடுவது
எல்லாம் மரம் தான்!
மனிதர் வாழ முன்மாதிரியாய் கண்முன் தெரிவது
எல்லாம் மரம் தான்!
எல்லாம் மரம் தான் என அறிந்த மனிதன்
ஏன் மறந்தான் மரத்தை காக்க !!
மரம் இல்லையேல் மனிதர் இல்லை என ஏன் மறந்தான்!
மனிதா தெரிந்து கொள்
மரம் தான் எல்லாம் மரம் தான் - நம் வாழ்வும் !!
மரத்தை வெட்டும் முன் சிந்திப்பீர்

மரம் இல்லையேல் மனிதர் வாழ்வு இல்லையென !
மரம் வளர்ப்போம் !!மனிதம் காப்போம் !!
மானிடம் காப்பதே மரம் தான்!
ஆளுக்கு ஒரு மரம் நடுவோம் !
அனைத்து உயிர்களையும் காப்போம்!

தந்தையே உலகம்

குடும்பம் என்னும் பல்கலைக்கழகத்தின் வேந்தராக
இருப்பவரே!
நான் கருவில் உருவான நாளை ஊரெல்லாம் சொல்லி
மகிழ்ந்தவரே !
தாயின் வயிற்றில் தலைவைத்து என் குரல் கேட்டு ரசித்தவரே!
நான் நலமாக இருக்க நல்ல நல்ல உணவுகளை தேடித் தேடி
வாங்கி
தாய் மூலம் வழங்கியவரே!
நான் பிறந்தவுடன் முகம் பார்த்து தந்தையாகவிட்டேன் என
தரணியில் கூறி மகிழ்ந்தவரே!
நாங்கள் நன்றாக வாழ நாள் கிழமை பாராமல் நாளும்
உழைப்பவரே!
எப்படி வாழ வேண்டும் என எடுத்துக் காட்டாக எங்கள் முன்
இருப்பவரே!
அன்பையும் பண்பையும் அறிவையும் அனுபவமாய் கற்றுத்
தரும் ஆசானே!
தலைமேல் தூக்கி வைத்து உலகம் இதுவென ஓடி ஓடி காட்டி
மகிழ்ந்தவரே!
உலகமே குடும்பம் என் ஓயாமல் உழைத்து
உழைத்து ஓடாக தேய்ந்தவரே!
பெற்றபிள்ளை நல்லா வாழ கொஞ்சமாவது சொத்து
வேண்டும்
நாளும் துன்பம் வந்தாலும் சகித்துக் கிட்டு உழைக்கும்
உழைப்பாளியே!
பெண்ணா பிறந்த பிள்ளைய தாயாக பார்த்து பார்த்து
வளர்ப்பவரே!
தந்தையின் அன்பு போல் தரணியிலே வேறு உண்டோ!
உலகமே நீ தான் அப்பா !
பிள்ளைகளாகிய எங்களுக்கு உலகமே நீ தான் அப்பா!
தந்தையே உலகம் எங்கள் தந்தையே எங்கள் உலகம்!
தந்தையை நேசிப்போம் தரணியிலே வாழும் வரை !

பெருமை தரும் பேனாமுனை

நாவில் எழும் ஓசைக்கு உயிர் தரும் பிரம்மனே!
அறிவு என்னும் அமுதத்தை உண்ண அள்ளித்தரும் கொடையாளனே!
பிஞ்சு கைகளில் முதல் கிறுக்கலாய் உள்ள தூயவனே!
கற்பனைகளின் சிந்தனைகளின் ஊற்றுக்கண்ணாய் இருக்கும் ஒப்பற்றவனே!
கவிஞர்களின் கவிதையை பலபல நிலைகளில் உருவாக்கும் பகலவனே!
எழுத்தாளர்களின் எண்ணங்களை ஏட்டில் எழுத வைக்கும் ஏகலவனே!
படைப்பாளர்களின் பாத்திரங்களை பக்குவமாய் மாற்றும் பண்பாளனே!
நாட்டு நடப்புகளை நயம்பட கூறும் நாயகனே!
நல்லது கெட்டது எதுவென நாளும் செய்தியாக அளிக்கும் நாளிதழின் தோழனே!
கிசுகிசு செய்தியை கூட சுடசுட வழங்க சுறுசுறுப்பாக நாளும் பயன்படும் காலமகனே!
காப்பியங்கள் பலவற்றை காவியங்களாக மாற்றி காலமும் சிறப்பாக்கிய காவியனே!
அறிவில் சிறந்த கண்டுபிடிப்புகள் பலவற்றை உருவாக்கி ஆன்றோர் பலர் உலகறிய செய்தவனே!
எழுத்துகள் வார்த்தைகளாய் எண்ணங்கள் செயலாய் மாற்றும் மகாசக்தியின் மறுஉருவமானவனே!
உன் முனை எப்படி கூர்மையோ அதைப்போல் கூர்மையான கருத்தினை உலகிற்கு கூறும் அசாத்திய வீரனே!
பாரினில் புகழ்பெற பைந்தமிழை சுவைத்து மகிழ்ந்திட பேனாமுனை பிடியுங்கள் போதும்!
அறிவு என்னும் ஊற்றுநீர் அள்ளித்தரும் பேனாமுனை தான் என்பதை அறிவோம்!
பெருமை தான் பேனாமுனை பிடித்தவர் பெருமையடைவர் என்பதில் ஐயமில்லை என உலகிற்கு உணர்த்திடுவோம் !
நாளும் நினைவோம் நன்றியை கூறுவோம் பெருமை தரும் பேனாமுனைக்கு என்றும்!

தமிழ் மருத்துவம் காப்போம்

நோயற்ற வாழ்வே குறைவற்ற செல்வம்
தன்மை உணர்ந்து உலகிற்கு வெளிக்காட்டியது
தமிழ் மருத்துவத்தின் சிறப்பு அல்லவா...!!
"வாய்விட்டு சிரித்தால் நோய் விட்டு போகும் "
நோயில்லா மகிழ்ச்சி வாழ்வை
வாழ்வதன் சிறப்பை உலகிற்கு தந்தது
தமிழ் மருத்துவத்தின் சிறப்பு அல்லவா!!
அளவிற்கு மிஞ்சினால் அமிர்தமும் நஞ்சு"
உண்ணும் முறையினில் நோய் வரா
முன்னெடுப்பை உணர்த்தியது
தமிழ் மருத்துவத்தின் சிறப்பு அல்லவா!
"கூழானாலும் குளித்த பின் குடி கந்தையானாலும் கசக்கி
கட்டு" நோயில்லா வாழும் சூழலை
வாழ்வியல் முறை வாழ்ந்து காட்டிய தமிழர் வாழ்வு
தமிழ் மருத்துவத்தின் சிறப்பு அல்லவா!
"பசித்த பின் புசி பசி ருசி அறியாது "
உண்ணும் முறையில் சிகிச்சை
நோயின் தன்மையை உணர்வாய் வெளிப்படுத்தியது
தமிழ் மருத்துவத்தின் சிறப்பு அல்லவா!
"நோய் நாடி நோய் முதல் நாடி அது தணிக்கும் வாய் நாடி"
நோய் தன்மையை அறிந்து நோயை குணப்படுத்தும்
கலை அறிந்தது தமிழ் மருத்துவத்தின் சிறப்பு அல்லவா!
"உணவே மருந்து" "மருந்தே உணவு "
உணவிலே மருந்தை கண்டறிந்த மாமேதை உருவாக்கியது
தமிழ் மருத்துவத்தின் சிறப்பு அல்லவா !
"ஆவாரை பூத்திருக்க சாவாரை கண்டதில்லை"
தன்னை சுற்றியுள்ள மூலிகையே மருந்தாக்கி
குணப்படுத்தியது
தமிழ் மருத்துவத்தின் சிறப்பு அல்லவா!
மனிதனை உடல்பாகம் பாகமாய் பகுக்காமல் நாடியிலே
நோய் கண்டவுடனே நோயை விரட்டிய வித்தை அறிந்தது
தமிழ் மருத்துவத்தின் சிறப்பு அல்லவா!

பக்கவிளைவு அல்லா பயன் மருத்துவமாய்
சித்த ,ஆயுர்வேதம் யுனானி ,பாட்டி வைத்தியம்
பல பாரம்பரிய தமிழ் மருத்துவம்
தீராத நோயை தீர்க்கும் வல்லமை அறிந்தது
தமிழ் மருத்துவத்தின் சிறப்பு அல்லவா !
இத்தனை சிறப்புமிக்க தமிழ் மருத்துவம்
இங்கே இருக்க, நமக்கு "இனி நோயில்லா வாழ்வை வாழ"
தமிழ் மருத்துவத்தின் சிறப்பை உலகறியச் செய்வது
நம் தமிழர் ஒவ்வொருவரின் கடமை அல்லவா! .
தமிழ் மருத்துவமே உலகில் தலைசிறந்தது தரமிகுந்தது
பெருமை கொள்வோம் வாழ்க தமிழ் ! வெல்க தமிழ் !
வளர்க தமிழர் பாரம்பரிய மருத்துவம் !

ஆடி ஆரம்பிச்சாச்சு !

ஆடி மாதம் வந்தாச்சு!
ஆடி காற்றும் வந்தாச்சு!
ஆடி வாடைக்காற்று வீச வந்தாச்சு!
ஆடி மழை வந்தாச்சு!
ஆடி முதல்நாள் தேங்காய் சுடுதல் வந்தாச்சு!
ஆடி கடையிலே துணி வாங்க தள்ளுபடி வந்தாச்சு!
ஆடி புதுமண தம்பதி பிரிச்சு வைக்க தலையாடி வந்தாச்சு!
ஆடி அமாவாசை வந்தாச்சு!
முன்னோர் தர்ப்பணம் செய்ய வந்தாச்சு!
ஆடி மாதம் முழுவதும் அம்மன் பூசை நடக்க வந்தாச்சு!
ஆடி விதை விதைக்க அருமை மாதமும் வந்தாச்சு!
ஆடி அணைகள் நிரம்பி தண்ணீர் திறக்க வந்தாச்சு!
ஆடி ஆற்றில் தண்ணீர் பெருக்க ஓடும் ஆடிப்பெருக்கு வந்தாச்சு!
ஆடி பெருக்கு நாளில் குளித்து மகிழும் ஆனந்தமும் வந்தாச்சு!
ஆடி பெருக்கு நாளிலே சுமங்கலி பெண்கள் தாலி மாற்றும் நல்ல நாளும் வந்தாச்சு!
ஆடிப்பெருக்கு கொண்டாட ஆசை ஆசையாய் ஆற்றுக்கு செல்லும் ஆர்வமும் வந்தாச்சு!
ஆடி செவ்வாய் வெள்ளிகிழமையிலே ஆடிப்பாடி பால்குடம் எடுக்கும் பரவசமும் வந்தாச்சு!
ஆடி மாதம் கோவில் எல்லாம் கூழும் அன்னதானம் விருந்து நடத்த வந்தாச்சு!
ஆடி மாதம் குல தெய்வம் எல்லாம் குதூகலம் கொள்ள பூசை நடத்த வந்தாச்சு!
ஆடி மாதம் பீடை அல்ல அனைவரின் மகிழ்ச்சியை பெருக்க வந்தாச்சு!
ஆடியை வரவேற்போம் ஆனந்தம் கொள்வோம்!

தமிழ் மகனே

தென் கடைக்கோடியில் பிறந்த தமிழ் மகனே!
பல கோடி இந்தியர் மனதில் வாழும் தலைமகனே
ராமேஷ்வரம் கண்டெடுத்த ராக்கெட் நாயகனே
தனுஷ்கோடியில் தழைத்தோங்கிய தன் மான தலைவனே
மாற்றுத்திறனாளி மனம் மலர மலிவு விலை கருவி
வடிவமைத்தவரே
வீட்டின் நிலை அறிந்து வீடு வீடாய் செய்தித்தாள் விற்றவரே
நாட்டின் நிலை அறிந்து நாடுமுன்னேற நாளும்
பாடுபட்டவரே!
பாரினில் உயிர்கள் வாழ பசுமை இயக்கம் தொடங்கியவரே!
விண்ணை ஆராய்ச்சி செய்து விந்தை மிகு சாதனை படைத்த
விஞ்ஞானியே!
மண்ணை காக்க மாசுபடாமல் மாற்ற மரங்கள் நட
செய்தவரே!
காலம் வீணாக்காமல் கனவு என்னும் இட்சியம் அடைய
சொன்னவரே!
அக்னி சிறகுகள் என்னும் அற்புத நூலை அனைவரையும்
படிக்க வைத்தவரே!
தனக்கென எதையும் விரும்பாமல்
தாய்நாட்டிற்காக தன் வாழ்வை தந்தவரே!
தன் பிறப்பு சம்பவமாய் இருந்தபோதும்
தன் இறப்பு சரித்திரமாய் பேசும் வகையில் வாழ்ந்து
காட்டியவரே!
குழந்தைகள் கூட கொஞ்சி கொஞ்சி பேசும் கொள்ளை
இன்பம் உடையவரே!
குணத்தால் மற்றவர் கரம் கூப்பி வணங்கிட குறைகள்
இல்லாமல் வாழ்ந்தவரே!
எளிமையாய் வாழ்ந்த எங்கள் ஐயா கலாம்
உங்கள் இலட்சியமான வல்லரசு இந்தியாவை
வல்லமையுடன் உருவாக்குவோம்
பாரத தாயின் பாசமகனே நன்றி ஐயா

காலம் போற்றும் கலாம்

தமிழ் மண்ணில் அவதரித்த தமிழ்த்தாய் பெற்ற தலைமகன்
தாய்நாட்டின் தன்மானம் காக்க தன் வாழ்வை அர்ப்பணித்த
தலைமகன்
தாய்நாட்டின் வளர்ச்சிக்கு தன்னலமற்ற சேவை புரிந்த
தலைமகன்
மனித நேய மாண்பை மண்ணில் மலர் செய்த தலைமகன்
மக்கள் சேவையை லட்சியமாய் கொண்டு வாழ்ந்த
தலைமகன்
மண்ணை காக்க மரங்களை நட்டு வளர்க்க பசுமை இயக்கம்
தொடங்கிய தலைமகன்
ஏழை குழந்தைகள் கல்வி கற்க எதிர்காலம் சிறக்க
எண்ணத்தில் தன்னம்பிக்கை தந்த தலைமகன்
சாதாரண மனிதனையும் சாதனையாளராக மாற்றும் சக்தியை
உணர செய்த தலைமகன்
கலாம் ஐயா போல் படிக்கலாம்
முயற்சிக்கலாம் சாதிக்கலாம்
ஆகலாம் நாமும் கலாம்
காலம் போற்றும் கலாம் ஐயா வாழ்வை பின்பற்றி
வாழ்வோம்
வாழ்க கலாம் ஐயா புகழ்

வெற்றி ஒளி

கடின உழைப்புக்கு கிடைக்கும் வெற்றி ஒளி
முயற்சி திருவிணைக்கு
கிடைக்கும் வெற்றி ஒளி
வாய்ப்புபயன்படுத்தியமைக்கு
கிடைக்கும் வெற்றி ஒளி
ஓயாத போராட்டத்திற்கு கிடைக்கும் வெற்றி ஒளி
சிறந்த தேர்வுமுடிவு மாணவர் கல்விக்கு கிடைக்கும் வெற்றி ஒளி
மக்கள் தீர்ப்பு தேர்தல் முடிவுக்கு கிடைக்கும் வெற்றி ஒளி
சரியான நீதி சட்டத்திற்கு கிடைக்கும் வெற்றி ஒளி
சமூக நீதி சாமனியருக்கும் கிடைக்கும் வெற்றி ஒளி
கல்வி சுதந்திரம் பெண்களுக்கு கிடைக்கும் வெற்றி ஒளி
வயிறார உணவு ஏழைகளுக்கு கிடைக்கும் வெற்றி ஒளி
நல்ல விளைச்சல் விவசாயிகளுக்கு கிடைக்கும் வெற்றி ஒளி
கல்விக்கு ஏற்ற வேலை இளைஞர் வாழ்வுக்கு
கிடைக்கும்வெற்றி ஒளி
அன்பு ஆதரவு முதியோருக்கு கிடைக்கும் வெற்றி ஒளி
நற்சான்றிதழ் பணியாளருக்கு கிடைக்கும் வெற்றி ஒளி
குழந்தை பேறு தாய் தந்தைக்கு கிடைக்கும்வெற்றி ஒளி
நல்மாணவன் வெற்றி ஆசிரியருக்கு கிடைக்கும்வெற்றி ஒளி
வான் மழை உயிர்கள் வாழ்வுக்கு கிடைக்கும் வெற்றி ஒளி

நன்றிகனா காணும் காலங்கள்.

அன்னை தந்தை குழந்தையாய் கொஞ்சிய காலங்கள்
பட்டாம்பூச்சியாய் ஓடி ஆடி விளையாடிய காலங்கள்.
கூட்டாஞ் சோறு கூடி ஆக்கி பகிர்ந்த காலங்கள் .
சிறு மணல் வீடுகட்டி மனசெல்லாம் மகிழ்ச்சி
சிறகடித்து பறந்த காலங்கள்
பனங்கொட்டையை வண்டியாக்கி
தெருவெல்லாம் சுற்றி மகிழ்ந்த காலங்கள்
குளத்து தண்ணியில் குதூகலம் பொங்க
காக்கா நீச்சல் அடித்து மகிழ்ந்த காலங்கள்.
பானையில் மீதமான உணவையும்
மிச்சமில்லா உண்டு மகிழ்ந்த காலங்கள்
மயில்தோகை குட்டிபோடுமென புத்தகத்தில் வைத்து
விளையாடி மகிழ்ந்த காலங்கள்
மகிழ்ச்சி வெள்ளத்தில் மூழ்கி மகிழ்ந்த
மறக்க இயலா காலங்கள்
கனா காணும் காலங்களாய்
கண்முன் வந்து செல்கின்றன

மௌனம் பேசும் விழிகள்

உன்னை பார்த்த முதல் நாள்
என் இதய வானில் நீ நுழைந்தாய் !
நீ நுழைந்த நாள்முதல்
என் கனவிலும் நினைவிலும்
உன் உருவம் மட்டுமே வந்து சென்றது
பார்வையின் அர்த்தம் உன் பார்வையிலே உணர்ந்தேன்
நீ தான் என் வாழ்வென்று
மறுமுறை உன்னை பார்த்த போது - உன்
பார்வையிலே தெரிந்தது உன்னில் நானும் இருந்தேன் என்று
ஒவ்வொரு முறை பார்த்த போதும்
வாழ்நாள் முழுதும் தொடருமென்று நினைத்தேன் ரசித்தேன்
- ஆனால் ஏனோ தெரியவில்லை
நீ என்னை விட்டு சென்று பல காலம் கடந்து விட்டது -
ஆனால்
உன்னை பார்த்த விழிகள் காத்திருக்கிறது - அந்த
முதல் நாள் நிகழ்வு மீண்டும் எப்போது என ஏக்கத்துடன்
இப்படிக்கு மௌனம் பேசும் விழிகள்

விடியலை நோக்கிய வெற்றி பயணம்

அடிமை என்னும் அவச்சொல் பெற்று
தலைகுனிந்து வாழ வைத்தனர்
தனியே ஒதுக்கி தள்ளி வைத்து
தலைமுறை தலைமுறையாய்
தன்மானம் இழந்து வாழ வைத்தனர்
இழித்தொழிலே உம்குலத்தொழில்
இன்றளவும் சொல்லி சொல்லி
தீண்டத்தாகவர் என மாற்றி வைத்தனர்
கல்வி என்னும் ஆயுதத்தை ஏந்தி
அறிவு துணையோடு போரிடு
இருள் நீக்கும் கதிரவன் போல் விடியலாய்
வாழ்வு மாறி வெற்றியை நோக்கி பயணம் செய்வாய்
மானத்தோடு வாழ்ந்திடுவாய்
மரியாதையாய் தலைநிமிர்ந்து வாழ்வாய்

நீ நடந்தால் அதுவே பாதை

பிறந்தோம் என வாழாதே
சாதிக்க பிறந்தோம் என வாழ்
தலைகுனிந்து வாழாதே
தன்மானத்துடன் தலை நிமிர்ந்து வாழ்
அச்சம் கொண்டு வாழாதே
அசாத்திய திறமை கொண்டு வாழ்
முடியாது என நினைத்து வாழாதே
உன்னால் முடியும் என நினைத்து வாழ்
அநீதி கண்டு அஞ்சி வாழாதே
நீதி கொண்டு பலத்துடன் வாழ்
ஊரார் தூற்ற வாழாதே
உலகோர் போற்ற வாழ்
பொய்மை பார்த்து வாழாதே உண்மை வெல்ல வாழ்
சோர்வு கண்டு துவண்டு விடாதே
சுறுசுறுப்பு துணை கொண்டு சாதித்திடு
துரோகம் பார்த்து உடைந்து விடாதே
திறமை கொண்டு முன்னேறிடு
கல்வியை பிழையற கற்றிடு
கருத்தாய் வாழ்வை மாற்றிடு
அறிவை பெற்று ஒழுக்கத்தை துணை கொண்டு ஓயாமல்
உழைத்திடு
சத்தியத்தை பின்பற்றிடு பெற்றோர் ஆசியோடு
பெருமையோடு
மகிழ்ச்சியோடு வாழ உண்மை வழியில் நேர்மையோடு
நீ நடந்தால் அதுவே பாதை
தர்ம வழியில் நடந்திடு
தரணி போற்ற வாழ்ந்திடு

சீர் கொண்ட வா சித்திரை பெண்ணே

சீர்கேட்டு மதிகெட்டு சீரழியும்
சமுதாயத்தை சீர் செய்ய வா சித்திரை பெண்ணே
தர்மம் மறைந்து அதர்மம் தலைதூக்கி ஆடாத ஆட்டம்
ஆடுவதை அடக்கி தர்மத்தை நிலைநிறுத்த வா சித்திரை
பெண்ணே
தான் பெரிதென தலைக் கனம் பிடித்து தவறிழைப்பவரை
தண்டித்திட வா சித்திரை பெண்ணே
ஊரை ஏமாற்றி உழைப்பை ஏமாற்றி சுரண்டி
வாழ்பவர் முகத்திரை கிழித்திட வா சித்திரை பெண்ணே
ஆசை காட்டி மோசம் செய்யும் அநியாயம் செய்பவரை
அழிக்க வா சித்திரை பெண்ணே
ஒற்றுமை குலைத்து வேற்றுமை விதைத்து
வேறுபாட்டினை உண்டாக்கி வேதனை தரும்
வீணர்களை விரட்டியடிக்க வா சித்திரை பெண்ணே
உள்ளொன்று வைத்து புறமொன்று பேசுபவர்
உண்மை நிலை சொல்ல வா சித்திரை பெண்ணே
அநீதி இழைத்து அதிகாரம் செய்பவர்
ஒழிந்து நன்மை பல செய்து நலிந்தொர்
வாழ்வு உயர் செய்யும் நல்லோர்
நானிலம் பறைசாற்ற வா சித்திரை பெண்ணே
இல்லத்தில் இன்பம் பொங்கி இடர் களைந்து
அன்பு என்னும் விளக்கு ஏற்றி ஆனந்தம்
ஒளி வீசி மகிழ்ச்சியுடன் மக்கள் வாழ்வு
செழிக்க வா சித்திரை பெண்ணே
திங்கள் முதல்நாளில் தீர்ந்தது துன்பம்
மங்களம் செழித்து மா மழை பெய்து
மண்ணும் குளிர்ந்து மரமும் துளிர்விட
பசுமை செழிக்க எங்கள் வாழ்வும் பசுமை ஆக்க
வா சித்திரை பெண்ணே
வருக வருக நீ வந்தாலே இனி வசந்தம் தானே
வா சித்திரை பெண்ணே எங்கள் நித்திரை கலைந்தது
நல் முத்திரை பதிக்க நல்லதோர் வரவாகட்டும்
தமிழ் போல் மகிழ்ச்சி பொங்கட்டும்
தரணியிலே வாழும் அனைவருக்குமே

அவள்

சுட்டு எரித்துவிடு கண்ணம்மா
பெண் பூ போன்று மென்மையானவள்
பெண் அன்பு அள்ளித்தரும் அமுதசுரபியானவள்
பெண் இரக்கம் கருணையின் வடிவமானவள்
பெண் இல்லத்தில் குல விளக்கானவள்
பெண் வீட்டில் வளரும் தேவதையானவள்
பெண் வீட்டில் வாழும் நடமாடும் தெய்வமானவள்
சிறப்புமிக்க பெண்ணே
உன்னை காம பார்வை பார்ப்பவரை
பார்வையிலே சுட்டு எரித்துவிடு
உன்னை தீய எண்ணத்தில் தொட நினைப்பவரை சுட்டு
எரித்துவிடு
வக்கிர பேச்சு பேசுபவரை வார்த்தை யாலே சுட்டு எரித்துவிடு
பிஞ்சு உடலை விட்டு வைக்காத
காம கொடூரனை கண்டவுடனே சுட்டு எரித்துவிடு
போதைப் பொருளாய் நினைப்பவரை புயலாய் மாறி சுட்டு
எரித்துவிடு
பாலியல் வன்முறைக்கு எதிராக
புதுமைப்பெண் ணாய் பொங்கி எழுந்துவிடு
சீண்டல்களுக்கு எதிராய் சிங்கமென சீறிப் பாய்ந்து விடு
நீ அமைதியானவள் மட்டுமல்ல
மனித மிருகங்களை வேட்டையாடும் அக்னி
தெய்வமானவள்....

புத்தகம்.

புத்தகத்தை படித்திடு புதிய அறிவை பெற்றிடு
அற நூல்களை படித்து அறியாமையைப் போக்கிடு.
தேடித்தேடி நூல்களை படித்து தேர்ந்த அறிவை பெற்றுடு
அறிஞர்கள் வாழ்வினை புத்தகத்தில் படித்து
புதிய முயற்சியை தவறாமல் எடுத்துடு
காலம் தோறும் புத்தகத்தை வாசித்து கருத்தினை கனிவாய் பெற்றிடு
புதிய சிந்தனை பெற்றிட புதுப்புது நூல்களைப் படித்திடு
புது புது செய்தி புத்தகம் உனக்கு புதுமையாய் தந்திடுமே.
அன்றாட நிகழ்வுகளையும் அழகான புத்தகத்தை வாசிக்க தெரிந்திடுமே.
புத்தகத்தை வாசிக்க பண்பாட்டை பாங்குடனே பெற்றிடு.
அழகான புத்தகத்தை வாசித்தாலே ஆழமான அறிவு கிடைத்திடுமே
பகுத்தறிவுச் சிந்தனையும் புத்தகம் படித்தாலே பாங்குடன் வந்துவிடுமே
புத்தகத்தை வாசி வாடிப்போன வாழ்க்கையும் வசந்தமாக மாறிடுமே
திறமையை வெளிப்படுத்த தேர்ந்த களம் எதுவென்றால் நல்ல
நல்ல புத்தகங்களை நாடி நாடி படித்து நாளும் மதிப்பு உயரும்
நாளை வாழ்வு சிறக்கும் புத்தகம் நீ
தலை குனிந்து படித்தால்
தலை நிமிர வாழவைக்கும்

மரம்

மரம் தான் எல்லாம்
மரம் தான் மறந்தான் எல்லாம் மறந்தான்
மழைக்கு ஆதாரம் மரம் தான்
உயிர் காற்றுக்கு ஆதாரம் மரம் தான்
பல்லுயிர் வாழ்வுக்கு ஆதாரம் மரம் தான்
மழைநீருக்கு ஆதாரம் மரம் தான்
உணவுக்கு ஆதாரம் மரம் தான்
பிறப்பு இறப்பு உடனிருப்பது எல்லாம் மரம் தான்
வறட்சியை போக்குவது மரம் தான்
வெப்பத்தை தணிக்க நிழல் தருவது மரம் தான்
தாகம் போக்க இளநீராய் தருவது மரம் தான்
வெட்டு வரை தாங்குவது மரம் தான்
காய் கனி தரும் காய்ந்து விறகாய் பயன் தருவது மரம் தான்
குழந்தைகள் ஊஞ்சல் கட்டி ஆடுவது மரம் தான்
விழாவில் வரவேற்க நிற்பதும் மரம் தான்
பறவைகளின் இருப்பிடமும் மரம் தான்
அழித்தாலும் சாம்பல் ஆகி உதவுவதும் மரம் தான்

நேதாஜி சுபாஷ் சந்திர போஸ்

INதாய்நாட்டின் விடுதலைக்கு போராடிய மாவீரரே
அந்நியருக்கு அடிபணியாத அசாத்திய வீரரே
ஆங்கிலேயரை எதிர்த்து ஆயுதம் ஏந்தியவரே
அச்சமென்பதை துச்சமென நினைத்து போராடியவரே
இளைஞர் படையை ஒன்று திரட்டிய இளைஞரே
பெண்கள் படையை அமைத்த புரட்சியாளரே
உலக நாடுகள் பார்த்து வியந்த தலைவரே
உறுதியான கொள்கை கொண்ட உழைப்பாளியே

IN நாட்டு மக்கள் போற்றிய நம்பிக்கைக்கு உரியவரே
தாகூர் போற்றி பாராட்டிய நேதாஜியே
இந்திய தேசம் கண்டெடுத்த வங்கத்து சிங்கமே
இருமாப்பு இல்லாத இலட்சியம் கொண்டவரே
களத்தில் நேருக்கு நேர் நின்று எதிர்த்தவரே
ஆங்கிலேயரும் அச்சம் கொள்ள செய்த வீரரே

IN தாய்நாட்டை காக்க தனிப்படையை உருவாக்கியவரே.
சமரசம் கொள்ளாமல் சாதித்த வீரரே
இளைஞர் விரும்பிய வீரத்தின் அடையாளமே
வெள்ளையரை விரட்டிய வீர திருமகனே
வெற்றி திருமகனே வாழ்க
உமதுபுகழ் வீர சிங்கமே நேதாஜியே வாழ்க ஐயா

உழவே தமிழர் உயர்வு

உழவின் சிறப்பை உணர்ந்து போற்றுவர் தமிழர்
உணவை அளித்து உயிர் வாழ வைப்பது உழவே
உயிர் தந்த தாய் போல் உணவு தரும் உழவும் தாயே
அளவில்லா அன்பை தருபவள் தாய்
அளவில்லா விளைச்சல் தருவதும் உழவே
தீமைகளிலிருந்து நம்மை காப்பவள் தாய்
வறுமையிலிருந்து நம்மை காப்பது உழவே
காலம் தவறாமல் பசிக்கு உணவளிப்பவள் தாய்
பருவம் தவறாமல் பயிர் விளைச்சல் தருவதும் உழவே
தன்னை நம்பியவரை கைவிடாமல் உதவுபவர் தாய்
தன்னை நம்பி விதைத்த பயிரை வளர வைப்பது உழவே
உறவில் ஒப்பற்ற அனைவர் விரும்பும் உறவு தாய்
தொழிலில் உயர்ந்த ஒப்பற்ற தொழில் உழவே
உழவின் உயர்வே உலகின் உயர்வு உழவு சிறக்க உயிர்
சிறக்கும்

உலக அரங்கில் தமிழை உயர்த்துவோம்!

அழகு மொழி தமிழ்தானே!
மூத்தமொழி நம் தமிழ்தானே!
மனிதனின் எண்ணங்களை
ஓசையால் ஒலிக்க வைத்த அமிழ்த மொழி
நம் தமிழ்தானே!
இலக்கியம் பல படைத்த மொழி நம் தமிழ்தானே!
வாழ்வியலை அறம் பொருள் இன்பம் மொழி நம்
தமிழ்தானே!
இயல் இசை நாடகம் முத்தமிழான ஒரே மொழி நம்
தமிழ்தானே!
தொல்காப்பியமாய் இலக்கணம் வகுத்ததும்
,திருக்குறளும் நாலடியாராய் அறம் கூறுவதும் ,
ஐம்பெருங்காப்பியங்களாய் வாழ்வியலை வகுத்து தந்ததும்,
அகமும் ,புறமும் அகநானூறாய் புறநானூறாய்
மானுட பண்பை கூறும் மொழி நம் தமிழ்தானே!
செம்மொழி தகுதி உடையது என உணர்த்த
ஆயரம் ஆயிரம் இலக்கியம் படைத்த மொழி நம்
தமிழ்தானே!
காலம் அழியா இலக்கியம் பல தந்துள்ளது , தருகிறது
தரணியிலே உள்ள பெருமை மிகு மொழி நம் தமிழ்தானே!
தரணியில் உருவான மொழி பல அழிந்து போதும்
தரணி மட்டுமல்ல மூவுலகம் ஆளும்
தகுதியும் திறமையும் கன்னி தமிழாய் நாளும் வளர்ந்து
விருட்சமாக வீற்றிருக்கும் மொழி நம் தமிழ்தானே!
மண்ணுலகம் இருக்கும் வரை மானுடன் வாழும் வரை
மங்காத புகழுடன் வாழும் மொழி
நம் தாய்மொழி தமிழ்தானே ! தமிழ் மொழியின்
பெருமையை
உலகஅரங்கத்தில் உயர்த்திட ஒவ்வொரு தமிழரும்
உழைத்திடுவோம்!
நாம் தமிழர் என பெருமையோடு நாளும் பாடுபடுவோம் !
வாழ்க தமிழ் !வெல்க தமிழ்!!

கவிமணியின் பெருமைகள்.

தமிழ் தாய் ஈன்றெடுத்த தவ புதல்வன்!!
தம் தமிழ் புலமையால் தரணி போற்ற வாழ்ந்த தமிழ் மகன்!!
முக்கடல் கூடும் முக்கூடலில் கண்டெடுத்த கவி சூரியன்!!
காலத்தால் அழிக்க முடியாத கவிதை பல படைத்த காவிய தலைவன்!!
அழகு தமிழை அழகுற நயமுற கூறும் அழகு கலைஞன்!!
எளிமை நடை இனிமை வழி கவிதை புனையும் வித்தகன்!
குழந்தை விரும்பும் குழந்தை பா இயற்றிய குழந்தை நாயகன்!
மங்கையின் மாண்பை உணர்த்த மா கவி படைத்த மாயவன்!
புலமை பெற்றவர் புகழ் பாட துணிந்த தலைக்கணமில்லா புலவன்!
தகுதி அறிந்து தகுதி மீறியவற்றை புறந்தள்ளியவன்!
சாதி கொடுமை பற்றி சமரசம் கொள்ளா சாடியவன்!
ஆசிய சோதியை அனைவர் கண்முன் காண செய்தவன்!
கவியை மணி மணியாய் படைத்து கவிமணி பட்டம் பெற்ற கவிமகன்!
மனம் ரசிக்க மலரும் மாலையும் படைத்த மன்னவன்!
உயர் கய்யாம் பாடலையும் உணர்ச்சி யுடன் மொழிமாற்றி தந்த நல் மகன்!
கவிமணியின் கவி படித்த பின் கவி விரும்பார் உண்டோ?
கவிஞர்களின் நாயகனே கவிமணியே!
உமது தமிழ் சேவைக்கு தலைவணங்குகிறோம்!
வாழ்க தமிழ் !வெல்க தமிழ் !ஓங்குக கவிமணி ஐயா புகழ் !!

கொரோனா ஒழிப்பு

சத்தமே இல்லாமல் சாலைகள் வெறிச்சோடின !
மக்களே இல்லாமல் சந்தைகள் வெறிச்சோடின!
தொழிலாளி இல்லாமல் தொழிற்சாலைகள் முடங்கியுள்ளன!
மாணவர்கள் இல்லாமல் பள்ளிகள் மூடியேயுள்ளன!
பக்தர்கள் இல்லாமல் கோயில் நடை சாத்தியுள்ளன !
வாடிக்கையாளர் இல்லாமல் வணிக நிறுவனங்கள்
சாத்தியேயுள்ளன!
உணவு இல்லாமல் ஆதரவற்றோர் உணவுக்காக
தடுமாறுகின்றனர்! படுக்கை இல்லாமல் நோயாளி
மருத்துவமனையில் காத்துக்கிடக்கின்றன ர் !
பிராணவாயு இல்லாமல் நோயாளி பிராண வாயுக்காக தவம்
கிடக்கின்றனர்!
அடக்க செய்ய வழி தெரியாமல் பிணங்களும் வரிசைகட்டி
நிற்கின்றன!
மனித உயிர்கள் கொரோனோவின் கோரப்பிடியில்
மளமளவென மடிந்துவருகின்றன!
எத்தனை எத்தனை இன்னல்கள் இத்தனையும்
கொரோனா கொடிய தீ நுண்கிருமி கோரத் தாண்டவம்
தானே!
வரும் முன் காப்பது தான் சிறந்த முன்னேற்பாடு!
கொரோனாவை முறயடிக்க கூடி நிற்பதை தவிர்ப்போமே!
விலகியிருப்போம் தனித்தனியே !
தீ நுண் கிருமியை தடுத்திடவே கைகளில் சோப்பு போட்டு
கழுவுவோமே!
முககவசம் உயிர்கவசம் அணிந்தாலே கொரோனாவை
வராமல் தடுக்கலாமே!
தடுப்பூசி எடுத்து கொள்வோம் கொரோனாவை பரவாமல்
தடுப்போமே!
வந்தபின் பயம்கொள்ளாதே பரிசோதனை செய்திடு
மருத்துவர் கூறும்படி நடப்போமே
வாழும் வாழ்க்கை வளமாய் மாற வீட்டிலிரு!
! விலகியிரு!! தனித்திரு!! கொரோனாவை ஒழிப்போம் !!
கொரோனாவை வெல்வோம்!!

உதிரம் கொட்டி உயிரை மாய்த்து
உடலை இழந்து உரிமை மீட்க
உணர்வுடன் போராடி பெற்ற சுதந்திரம் !
மண்ணை காக்க மண்ணின் மைந்தர்கள்
மானத்தோடும் வீரத்தோடும் போராடி பெற்ற சுதந்திரம்
அதிகார திமிரை அடக்கி காட்டி
ஆணவத்தை ஒடுக்கி காட்டிய
அகிம்சை என்னும் ஆய்தம் வாங்கி தந்த சுதந்திரம்
இமயம் முதல் குமரி வரை
ஒடுக்கு முறைக்கு அஞ்சாத வீரர்களின்
துணிச்சலுக்கு கிடைத்த சுதந்திரம்
சிறையில் அடைத்து சித்ரவதை
தந்த போதும் தடியால் அடித்து கொடுமைப்படுத்திய
போதும்
பயங்கொள்ளாமல் போராடி பெற்ற சுதந்திரம்
பேச்சு கருத்துரிமை பறித்த போதும்
பாட்டு பாடி ஏட்டில் எழுதி நடித்து
காட்டி நாட்டு மக்கள் நாட்டுபற்றை
நாளும் ஊட்டி நயவஞ்சகரை
நாட்டை விட்டு விரட்டி பெற்ற சுதந்திரம்

உழைக்கும் மக்கள் உரிமை கேட்டு
ஓயாமல் போராடும் நிலை தானே
சாதியின் பெயரில் சண்டைகள் பூண்டு
சச்சரவுகள் ஓயாமல் தொடரும் நிலை தானே
மதவெறியர்கள் மாய பசிக்கு மனிதகுலம்
மாயவலையில் வீழ்வது தொடர்வது தானே
ஆற்று நீரை அழகாய் பகிர்ந்திட
மனமில்லா மாநிலம் பிரிவினை மனிதர்
மனதில் விதைக்கும் வீணர்கள் நிலை தொடர்வது தானே
சட்டம் சமம் என்ற போதும்
சதிகாரர் சதி செய்து தப்பித்து சென்றபோதும்
சட்டம் சமம் என சொல்லும் நிலை தொடர்வது தானே

சால்மன் மாறா பச்சிளம் குழந்தையை பாலியல் வன்

சுதந்திர காற்றை சுவாசிப்போம்!

இரத்தம் சிந்தி தியாகம் செய்து பெற்று தந்த
சுதந்திர காற்றை பெருமையோடு சுவாசிப்போம்!
தாய் மண்ணே பெரிதெனெ தாய்நாட்டை போராடி மீட்ட
தலைவர்கள் தந்த
சுதந்திர காற்றை தன்மானத்தோடு சுவாசிப்போம்!
அடிமைதனை எதிர்த்து ஆக்ரோஷமாக போராடி பெற்ற
சுதந்திர காற்றை அனைவரும் சேர்ந்து சவாசிப்போம்!
ஆண்-பெண் பேதமின்றி ஆங்கிலேயரின் ஆணவத்தை
அடக்கி பெற்ற
சுதந்திர காற்றை ஆனந்தமாய் சுவாசிப்போம்!
ஓய்வின்றி ஒற்றுமையை ஒருங்கிணைத்து ஓயாமல் போராடி
பெற்ற
சுதந்திர காற்றை ஒற்றுமையுணர்வோடு சுவாசிப்போம்!
இனம் மொழி மறந்து இன்னுயிர் தந்து பெற்ற
சுதந்திர காற்றை இன்றளவும் குறையாமல் சுவாசிப்போம்!
சாதி மறந்து சமயம் மறந்து சாதித்து காட்டிய சமத்துவ
சுதந்திர காற்றை சமூக நீதியாய் நாளும் சுவாசிப்போம்!
அலைஅலையாய் அலைகடலெனெ திரண்டு அநீதியை
விரட்டிய
சுதந்திர காற்றை ஆசுவாசமாக சுவாசிப்போம்!
பெற்ற தாயினும் பெற்ற நாடு பெரிதென எண்ணி நாட்டை
காத்த வீர
சுதந்திர காற்றை வீணாகாமல் வீரத்தோடு சுவாசிப்போம்!
அன்பாலும் அகிம்சையாலும் ஆதிக்கம் செலுத்திய
ஆங்கிலேயரை அடிபணிய செய்த
சுதந்திர காற்றை வாய்மையே வெல்லும் என சுவாசிப்போம்!
பெற்றுத்தந்த சுதந்திரத்தை பேணிகாக்கும்
பொறுப்பையுணர்ந்து பல சாதனைகள் புரியம்
குடியரசு நாடாக உலகில் தலைசிறந்த தேசமாக திகழ
சட்டம் நீதி பின்பற்றும் குடிமக்கள் நாம்
தேசப்பற்றுடன் சுவாசிப்போம் !

ஒரு தாய் பிள்ளைகளாக ஒன்றாய் வாழும் ஒப்பற்ற பாரத தேசத்தின்

மூச்சு காற்றை ஒவ்வொரு இந்தியரும் சுவாசிப்போம்!
பாரத நாடு பழம்பெரும் நாடு பழமை மாறாத பாருக்குள்ளே
சிறந்த நாடு பார்போற்றும் சுதந்திர காற்றை சுவாசிப்போம்!

நாமக்கலில் பிறந்த நல்ல மனிதராம்!

நாடு போற்ற வாழ்ந்த தலைவராம்
காந்தியக் கொள்கை பின்பற்றி வாழ்ந்தவராம்
கண்ணியம் தவறாத நடத்தை கொண்டவராம்
விடுதலைக்கு குரல் கொடுத்த உத்தமராம்
உழைப்பில் உயர்ந்த லட்சியம் உடையவராம்
உண்மையை வாழ்வில் நாளும் கடைபிடித்தவராம்
அகிலம் போற்றும் அன்பைப் பெற்ற வராம்
அன்னை நாட்டை காக்க அகிம்சையை பின்பற்றியராம்
ஆங்கிலேயரை எதிர்த்து சிறை சென்றவாரம்
கவிதையில் விடுதலை வேட்கையை விதைத்தவராம்
ஓவியம் வரையும் கலையைக் கற்றவராம்
தலைவர்கள் பாராட்டும் அளவு நடந்தவராம்
கவிதை புனைவதை விரும்பி செய்தவராம்
கருத்துடன் பல நல்ல கருத்துகளை கூறியவராம்
தமிழ்நாட்டின் முதல் அரசவைக் கவிஞராய் புகழ்
பெற்றவராம்
ஜார்ஜ் மன்னனும் பாராட்டும் சாதனை புரிந்தவராம்
நாமக்கல்லுக்கு பெருமை சேர்த்த நாயகராம்
எங்கள் வாழ்வில் என்றும் இரண்டறக் கலந்து இருப்பவராம்
'கத்தியின்றி ரத்தமின்றி யுத்தமொன்று வருகுது'
புரட்சி செய்த எங்கள் ராமலிங்கனார் ஐயா! புகழ் வாழ்க!

காற்றோடு போன சொற்கள்

அழகு தமிழில் மழலை மொழியில் குழந்தை அழைக்கும்
அம்மா என்னும் அழகு சொல்லும் மம்மி
நாகரிக மோகத்தில் காற்றோடு போன
சொற்களாகிவிட்டதோ?
பண்பையும் அறிவையும் ஊட்டி வளர்க்கும்
அப்பா என்னும் கம்பீர சொல்லும் டாடி
காலமாற்றத்தில் காற்றோடு போன சொற்களாவிட்டதோ
பிறந்த நாள் முதல் பல சீர்வரிசை தந்து
பாசத்துடன் பந்தமும் சேர்ந்த தாய்மாமன் ஆங்கிள்
மாறி காற்றோடு போன சொற்களாகிவிட்டதோ!
அத்தை மடி மெத்தை மடி
அளவில்லா ஆனந்தம் தரும் அத்தை ஆன்டி
காற்றோடு போன சொற்களாவிட்டதோ?
ஒன்றாய் பிறந்து ஒன்றாய் வளர்ந்து
ஒரு தாய் பிள்ளைகளாக இருக்கும்
உடன்பிறப்புகளான அண்ணன் தம்பி சொற்களும்
ப்ரோவாகவும்
அக்கா தங்கை சொற்களும் சிஸ்டர்
காற்றோடு போன சொற்களாகிவிட்டதோ?
இனிய சொற்கள் எண்ணிலடங்கா இருக்க
தங்கிலிஷ்யாய் மாறி மக்கள் பேசும் சொற்களாகிவிட்டதால்
அழகு தமிழ் சொற்களும் காற்றோடு போன
சொற்களாகிவிட்டதோ?
காணாமல் போனது சொற்கள் மட்டுமல்ல
நமது பண்பாடு நமது அடையாளம்
உணர்ந்து காற்றோடு போன சொற்கள்
எல்லாம் உயிர் மூச்சு காற்றாய் மாற்றி சுவாசிப்போம் !
தமிழே நம் உயிர் மூச்சு !!
தமிழே நம் பேச்சு!!
வாழ்க தமிழ் !!
வளர்க தமிழ்!!

நண்பன்

வெற்றி பெறும் போதும் மட்டும் உடன் இருப்பவன் அல்ல !
தோல்வி அடைந்த போதும் உடன் வருபவனே!
உண்மையான நண்பன் ஆயிரம் உறவுகள் இருந்தாலும்
ஆதாயம் இல்லாமல் பழகும் உன்னத உறவே! நட்பு !
காயம் பட்ட இதயத்திற்கு மருந்தாக இருப்பவனே
உண்மையான நண்பன் !
என்றென்றும் மாறாத அன்பு கொண்ட உறவு !
உடலுக்கு உயிர் போல உணர்வுக்கு உணர்வாய் இருக்கும்
நட்பு!
காலம் மாறினாலும் அன்பு குறையாத உறவு !
ஆளை பார்க்காமல் அந்தஸ்தை பார்க்காமல்
தூய அன்பை பார்க்கும் உன்னத உறவு நட்பு!

இயற்கையும் இசையும்

இயற்கையும் இசையும் புவியினில் ஒன்றல்லவோ !!
இயற்கையின் அழகை ரசிக்காதவர் எவருமுன்டோ!
இசைக்கு மயங்காதோர் புவியினில் உண்டோ!
வான் மழை இயற்கை எனில் மழையின் ஓசை இசையன்றோ!
ஆற்று நீர் இயற்கை எனில் பாய்ந்து ஓடும் ஓசை
இசையன்றோ!
கடல் நீர் இயற்கை எனில் ஆர்ப்பரித்து வரும்
அலையின் ஓசை இசையன்றோ!
காற்று பல இயற்கை எனில் பாய்ந்து வரும் ஓசை
இசையன்றோ!
சிட்டுக்குருவி இயற்கை எனில் கூவும் ஓசை இசையன்றோ!
குழந்தை பேறு இயற்கை எனில் பேசும் மழலை மொழி
இயற்கையன்றோ!
சூறாவளி இயற்கை எனில் பாய்ந்து வரும் ஓசை
இசையன்றோ!
மரங்கள் இயற்கை எனில் உரசும் போது உருவாகும் ஓசை
இசையன்றோ!
புல்லாங்குழல் தரும் மூங்கில் இயற்கை எனில் தரும் ஓசை
இசையன்றோ!
இரவின் அழகு இயற்கை எனில் நிலவும் நிசப்தம்
இசையன்றோ!
பறவைகள் இயற்கை எனில் கூச்சல் இசையன்றோ!
கல் இயற்கை எனில் கல் உருவாக்கும் உளியின் ஓசை
இசையன்றோ!
அழுகுரல் இயற்கை சோகம் வெளிப்படுத்தும் ஓசை
இசையன்றோ!
சரிகமபதநி எழுத்து இயற்கை எனில் தரும் ஸ்வரம்
இசையன்றோ!
தமிழ் மொழி இயற்கை எனில் முத்தமிழ் இசையன்றோ!
இசையும் இயற்கையும் இருந்ததே அனைவரின் வாழ்வும்
இயற்கையை பாதுகாப்போம் இசையையும் பாதுகாப்போம்!!

கவிஞர் ராமலிங்கம்

அன்னை நாட்டை காக்க அகிம்சைவழி
கவிதை பல படைத்த புரட்சிக்கவிஞர்
அந்நியரை எதிர்த்து அமைதி வழிப் போராட்டம்
பல நடத்திய அஞ்சா கவிஞர்
அச்சம் என்பதை துச்சமென நினைத்து
அயராது பாடுபட்ட எழுச்சி கவிஞர்
தாய் மண்ணை காக்கும் போராட்டத்தில்
தவறாமல் பங்கேற்ற தன்மான கவிஞர்
எண்ணற்ற அடக்குமுறை ஒடுக்கு முறையை எதிர்த்து
எழுச்சிமிகு கவிதை பல படைத்த எங்கள் கவிஞர்
விடுதலை வேட்கைதனை கவிதையில் பல படைத்து
வீறுகொண்டு எழ செய்த வீரக் கவிஞர்
உணர்ச்சியற்ற மக்களின் உள்ளங்களிலும்
விடுதலை உணர்வை ஊட்டிய உணர்ச்சிக் கவிஞர்
அழகிய கவிதை பல படைத்து அன்னை தமிழுக்கு
அழகு சேர்த்த அழகு கவிஞர்
ஆயுதம் இல்லாமல் காகிதம் வழி ஆங்கிலேயரை
எதிர்த்த புதுமைக் கவிஞர்
உலகம் போற்ற ஒப்பில்லா ஓவியம் பல வரைந்த
சாதனை கவிஞர்
அன்னிய மன்னரும் வியக்கும்
திறமையை கண்முன் காட்டிய காவிய கவிஞர்
மாநிலத்தின் முதல் அரசவை கவிஞர் சிறப்பினை பெற்று
பார் போற்ற
பணியாற்றிய பெருமைமிகு கவிஞர்
நாட்டு மக்கள் அன்புடன் அழைக்கும் நாமக்கல் கவிஞர்
அடைமொழிதனை கொண்ட கவிஞர் ராமலிங்கம்
ஐயாவின் புகழை நாளும் போற்றுவோம்.
வாழ்க ஐயாவின் புகழ்

மழைத்துளி

நீல வானத்தில் கருமேகங்கள் ஒன்றாக திரண்டு
குளிர்ந்து மண்ணில் துளிதுளியாய் விழும் மழைத்துளியே !
நீ சிறிய சிறிய துளியாய் விழும்
சாரல் மழையாக குளிர்விக்கிறாய் !
பெரிய பெரிய துளியாய் விழும்
பெரு மழையாய் பேரழிவாக மாறுகிறாய்!
நீ வரும் முன் ஒலி ஒளியாக காட்சி தருகிறாய்!
அதிக மழையாய் பெய்யும் போது அச்சம் கொள்வர் !
சிறு மழையாய் பெய்யும் போது ஏக்கம் கொள்வர்!
கலப்படமில்லா நல்ல நீரும் நீயே உயிர்கள் வாழ உயிர் நீரும் நீயே!
வாடிய பயிர் எல்லாம் உன் வருகைக்கு பின் வாசம் வீசி மலரும் !
தோகை விரித்து மயிலோ துள்ளி நடனம் ஆடும் !
நீ வருவது போல் வராமல் சென்றால் வாடிப் போகும் எல்லார் மனமும்
நீ வந்தவுடன் எல்லார் உடலும் நனைந்து நனைந்து குதுகளித்து மகிழும்!
சிறுதுளி பெரு வெள்ளமாய் உன்னை தடுத்து
ஊரணி குளம் குட்டை ஏரி ஆறு நிரம்பும்!
பார்த்த அனைத்து உயிர்களின் உள்ளம் ஆனந்தத்தில் நிரம்பும்!
விண்ணின் மழைத்துளி மண்ணின் உயிர்த்துளி !
நீ இல்லாத உலகமே பாலைவனமாய் பாழாகி போய்விடும் அல்ல
பஞ்சம் போக்க பாரினில் நீ வேண்டும் அல்லவா!
நட்ட பயிரும் உன்னை நம்பி வானம் பார்த்து காத்திருக்க
வாசலில் பார்த்தவுடன் வாழ்வு மலரும்
விவசாயின் வாழ்க்கையும் ஒளிபெறுமல்லவா !
சின்ன சின்ன வாண்டு எல்லாம் சின்ன சின்ன கப்பல் செய்து
மழைநீர் செல்லும் போது விட்டு விட்டு
விளையாடி மகிழ்வதும் உன்னை நம்பி தானே !
தாகம் தீர்க்க குடிநீராய் வானத்திலே மழை நீராய்

துளிதுளியாய் விழுந்த விழுந்த உன்னை சேகரித்து வைத்தது தானே !
உன்னை நம்பி ஊர் இருக்க உயிர் இருக்க
மாதம் மும்மாரி பெய்துவிடு மக்கள் வாழ அருள்கொடு!
மழைத்துளி இது துளி அல்ல நம் உயிர் காத்திடும் உயிர்த்துளி !

உணவே மருந்து !மருந்தே உணவு !

பசித்த பின் புசிக்க வேண்டும்!
காய்கறிகள் காலம் அறிந்து உண்ண வேண்டும் !.
பருவம் தவறாது பழங்கள் உண்ண வேண்டும்!
காலை உணவு சரியாக உண்ண வேண்டும்!
மதிய உணவு மறக்காமல் உண்ண வேண்டும் !
இரவு உணவு இயன்றளவு உண்ண வேண்டும்!
இனிப்பும் அளவாக உண்ண வேண்டும் !
கசப்பும் சேர்த்து உண்ண வேண்டும்!
காரம் சாரம் பார்த்து உண்ண வேண்டும்!
துவர்ப்பும் துளியும் சேர்த்து உண்ண வேண்டும்!
புளிப்பும் நாவில் ஊற உணவு உண்ண வேண்டும் !
உவர்ப்பும் அளவு மீறாமல் உண்ண வேண்டும்!
அறுவை உணவும் அளவாய் உண்ண வேண்டும் !
அனுவளவு நோயும் அண்டாமல் பார்க்க வேண்டும் !
வாய் விட்டு சிரிக்க நோய் விட்டு போக வேண்டும்!
கண்ட கண்ட உணவை கண்டிப்பாக சாப்பிட வேண்டாம்
மறக்காதே!
அழுகிய உணவும் ஆபத்தே கெட்ட உணவும் கெடுதல்
தருமே மறக்காதே!
துரித உணவு தூர வைக்க தயங்காதே!
உண்ணும் உணவு இயற்கை என்றால் மருந்து தேடி
அழைவாயோ?
பாரம்பரிய உணவை பாரம்பரிய முறையில் உண்ண
மறக்காதே!!
உடம்பு வாழ உயிர் வாழ உணவை உண்ண மறக்காதே !
உணவே மருந்து மருந்தே உணவு என்ற தமிழர் வாழ்வை
பின்பற்ற தயங்காதே!!

அன்பு பழகும் விருப்பத்தை தரும்

விருப்பம் பிறர் மீது பற்றினை தரும்
பற்று பிறர் மீது மதிப்பினை தரும்
மதிப்பு அளவற்ற நன்மையைத் தரும்
நன்மை நல்ல உறவை உருவாக்கி தரும்
உருவாகும் உறவு நட்பாகி சிறப்பு தரும்
சிறப்பான நட்புறவை தேடித் தரும்
தேடி தரும் நட்பு சிறந்த செல்வத்தை தரும்
செல்வம் உறவுகளிடையே உறவினை வலு தரும்
உறவினர் உள்ளங்களில் தெளிந்த ஞானம் தரும்
தெளிந்த ஞானம் பகைமை கொள்ளாத பண்பினை தரும்
பண்பாட்டு பரந்த அறிவைத் தரும்
பரந்த அறிவு ஆற்றலை அள்ளித் தரும்
ஆற்றல் உள்ளங்களில் அன்பு பெருக்கி தரும்
அன்பு மனித நேய பண்பு பெற்று தரும்
மனித நேய பண்பு அனைவரிடமும் அன்பை பெற்று தரும்
அன்பு என்னும் அழகிய உறவாகிய நட்பு
சிறந்த உறவினை தருவதே அன்பின் சிறப்பு

இரக்கம் இல்லா குணம்

மனதில் கருணை இல்லா வாழும் மனிதா மனிதா
மனதில் அன்பு இல்லா வாழும் மனிதா மனிதா
மனதில் துளி ஈரம் இல்லா வாழும் மனிதா மனிதா
மனதில் பரிவு இல்லா வாழும் மனிதா மனிதா
துயர் கண்டு துன்புறா வாழும் மனிதா மனிதா
அல்லல் கண்டும் அன்பு காட்டா வாழும் மனிதா மனிதா
வறுமை கண்டு உதவிடாம வாழும் மனிதா மனிதா
அழகு பிறவி கொண்ட மனிதா மனிதா
மனதில் அழகில்லா நீ உலகில் வாழ்ந்து என்ன பயன்
உன் அழகு இருந்தும் புதரில் விதைத்த விதை போல்
பயனற்றது தானே

"அன்பு என்னும் ஆயுதம்"

ஆதிக்கம் கொண்ட ஆட்சியாளர்...
ஆணவம் ஆயுதம் தூக்கி அப்பாவி மக்கள் உயிரை
அநியாயமாக அழிக்கிறது பாரீர்...!!
தலைக்கணம் கொண்ட தலைவர்கள்....
தவறினாலே அழகான புவியும் அழிகிறது பாரீர்....!!
போட்டி பொறாமை எண்ணம் கொண்டு...
பொதுவான இயற்கையும் போராக அழிப்பது பாரீர்....!!
ஏற்ற தாழ்வு வறுமை வளமை என பாகுபடுத்தி பாரில்
பலரும் பகைமை கொண்டு பண்பற்று பழிதீர்க்கும்
நிலையை பாரீர்....!!
மாண்புறு மனித மனமும் மானங்கெட்டு..
மதியற்று மற்றவர் வாழ்வை மதிப்பற்று மாற்றும் நிலையை
எண்ணிப் பாரீர்....!!
சுயநலம் சூட்சுமம் மனதில் கொண்டு.....
சூழ்ச்சி செய்து வாழ்க்கை சூனியமாய் மாறிவிட்டதை
எண்ணி பாரீர் .....!!
இத்துணை தீமையும் இல்லாமல் வாழ்ந்திட ......
இருக்கும் ஒரு ஆயுதம் எதுவென்று பாருங்கள்.....!!
அன்பு என்னும் ஆயுதமே ......!!
அழகான பூமியும் அனைவருக்கும் ஒன்று என உணர
வைக்கும் ...!!
உலகம் என்னும் ஒரே குடையிலே...
ஒற்றுமையாய் வாழவைக்கும்...!!
ஐந்தறிவு ஜீவனும் அழகாய் நம்மை நேசிக்க வைக்கும்...!!
போரென்று இல்லா பொதுமை தனை .....
பூமி தனிதல் நிலைக்க வைக்கும்....!!
பூத்து குலுங்கும் பூக்களை போல்...
பூரிப்புடன் நம்மை வாழ வைக்கும்....!!
சாதி மத பேதமில்லா சமத்துவ வாழ்வும் .....
சந்தோஷம் நாளும் கிடைக்க வைக்கும்...!!
அன்பு என்னும் ஆயுதத்தை

அனைவரும் ஏந்தி பிடித்தாலே
அனைவரும் ஒற்றுமையாய் அமைதி வாழ்வு வாழலாமே.....!!
அன்பு எப்படி கிடைக்கும் என என்ன வேண்டாம்....!?
அன்பை கொடுத்து பார்.... அனைவர் உன் மீது அன்பு
கொள்வர்....!!
அன்பை விதைப்போம்...!! அன்பை பெறுவோம்...!!
ஆனந்த வாழ்வை அன்புடன் வாழ்வோம்....!!

தலைவர்

ஒட்டாபிடாரத்தில் பிறந்து ஓய்வில்லா போராடிய
ஒப்பற்ற விடுதலை வீரரே
தாய்நாட்டின் விடுதலைக்காக தன் வாழ்வை அர்ப்பணித்த
தன்னிகரில்லா தலைவர்
தீரமிக்க வீரர் திலகரின் எழுத்தினை
தன் வாழ்வின் கொள்கையாக்கிய லட்சிய வீரர்
தன் வீரமிக்க பேச்சாலும் எழுத்தாலும்
தாய் நாட்டின் விடுதலைக்கு வலு சேர்த்த வல்லவர்
பாரதி சத்தியமூர்த்தியுடன் இருவருடன் நட்பாய் பழகியே
மூவருமாய் முனைப்புடன் நாட்டை காக்க நாளும் போராட
துணிந்தவர்
அந்நியரின் அடக்குமுறையை அநியாயத்தை அழிக்க
ஆக்ரோஷமாக போராடிய அஞ்சா நெஞ்சம் கொண்டவர்
பரங்கியரின் பசப்பு வார்த்தையை பத்தி பத்தியாய் பத்திரிகை
வழி
பரப்பி பரங்கியரும் பயம் கொள்ள செய்த பண்பாளர்
மக்கள் மனங்களில் விடுதலை உணர்வை நாளும் விதைத்து
அந்நியரின் முகத்திரை கிழித்த புரட்சி வீரர் சுதேச கப்பல்
நடத்தி
கொள்ளை லாபம் ஈட்டிய வெள்ளையரை எதிர்த்து
வெற்றி பெற்ற தாய்நாட்டின் திருமகன்
ஆங்கிலேயரின் தொல்லைகளையும் துன்பங்களையும் தந்த
போதும்
தளராமல் போராடிய தன்மான தலைவர்
சிறையில் அடைத்து சித்திரவதை தந்திட்ட போதும் சிறிதும்
தயக்கமின்றி போராடிய தியாக மறுவுருவமானவர்
கல் உடைத்து கை வெந்த போதும் செக்கிழுத்து
செந்நீர் சிந்திய போதும் சிந்தை மாறாமல்
செந்நாட்டை காக்க போராடிய செம்மல்
சிறையில் வாடிய போதும் சீர்மிகு தமிழின் சிறப்பை
சிறப்புற படைத்து பார் புகழ செய்த பைந்தமிழ் புலவர்

தாய்மொழியையும் தாய் நாட்டையும்
தன் உயிராய் கொண்டு வாழ்ந்த உத்தமர்
தாய் நாட்டின் விடுதலைக்கு போராடிய தனித்துவ்மான வீரர்
எங்கள் கப்பலோட்டிய தமிழன் வ உ சி ஐயா தானே
வந்தே மாதரம்

ஆசிரியர்

அகரத்தை கற்று கொடுத்து அகிலமும் அறிய வைக்க
ஆரம்பித்த இரண்டாம் தாயே
அறியா வயதில் அறியா செய்த குறும்பினை
அன்பால் மாற்றி அறிவால் புகட்டிய அன்பு ஆசிரியரே
சின்ன சின்ன கிறுக்கல்கள் சிலேட்டில் எழுதி காட்டியதை
சிரிப்போடு
சிந்தை மாறாத எழுத்தினை கரம் பிடித்து எழுத வைத்த அன்பு
ஆசிரியர்
உடை கிழிந்த நிலை கண்டு உள்ளம் இறங்கி உதவிடும் அன்பு
ஆசிரியர்
அழகான பாட்டு பாடி ஆட்டத்தோடு அஆஇ சொல்லி தந்த
அன்பு ஆசிரியர்
மாணவர் முகம் பார்த்தே மாணவர் நிலை அறிந்து
துன்பத்தை நீக்கிடும் அன்பு ஆசிரியர்
தடுமாறி உளறிய தமிழையும் தடுமாறாமல் படிக்க வைத்த
அன்பு ஆசிரியர்
கூட்டல் கணக்கை புரிய அமர வைத்து புளியங்கொட்டை
வைத்து
கூட்டல் இது தான் னு புரிய வைத்த அன்பு ஆசிரியர்
செடி புடுங்கி வந்து சிறப்பாக செய்து காட்டி அறிவியல்
இதுதான் அழகாக புரிய வைத்த அன்பு ஆசிரியர்
காடு மேடு எல்லாம் இது தான் காட்டி புவியியல்
புரியவைத்து
புத்திசாலி ஆக்கிய அன்பு ஆசிரியர்
கதை சொல்லி கனவில் கூட பார்க்காத காட்சி எல்லாம்
கண்முன் காட்டிய வரலாறு இது தான் உணர வச்ச அன்பு
ஆசிரியர்

"ஆறுகள் அனாதையாகின்றன"

மலையின் மீது விழும் மழைத்துளியே
மழைநீராய் பெருக்கெடுத்து ஓடையாய் ஓடுகின்றாய்!
ஆர்ப்பரித்து அருவியாய் கொட்டுகின்றாய்!
சிற்றாறாய் சீறிப் பாய்கின்றாய் !
காட்டாற்று வெள்ளமாய் காடு மேடு கடந்து செல்கின்றாய்!
சிற்றாறும் காட்டாறும் சேர்ந்து ஆறாய் ஆர்ப்பரித்து
வருகின்றாய்!
ஆற்றின் கரையாக அழகாய் காட்சி தருகின்றாய்!
அனைத்து உயிரும் ஆனந்தமாய் வாழ குடிநீராய் வருகிறாய்!
ஓடி வரும் போது பாறையும் மணலும் சேர்ந்து பாய்ந்து
வருகிறாய்!
அழகான சமவெளி உண்டாக ஆனந்தமாய் பெருக்கெடுத்து
வருகிறாய்!
நன்செய் பயிர்கள் நானிலம் செழிக்க நாளும் வருகிறாய்!
பவனி வரும் பாதையெல்லாம் பசுமை தவழ வருகிறாய்!
புனித நதியாய் புது வாழ்வு தர புது பொலிவுடன் வருகிறாய்!
அனைவரும் ஆனந்தமாய் குளித்து மகிழ அழகாய்
வருகிறாய்!
உயிரோட்டமான உனது வரவு உயிரற்ற நிலையாய்
மாறிவிட்டதே
ஏன்?
வானம் பொய்த்து போயிற்றோ?
வளமான ஆறும் வாடி தான் போயிற்றே?
மக்கா குப்பை வீசி மாசாய் மாறி போயிற்றோ?
மணலை தோண்டி தோண்டி மலடா மாறி போயிற்றோ?
சாக்கடை நீரும் சாயக்கழிவும் சங்கமித்து சகலமும் கெட்டு
போயிற்றோ?
பல பல மனித தவறு பார்த்து பருவ மழையும் தவறிட்டதே!
மலையும் அழிந்து போகிறதே !
நீர் இல்லா ஓடை காய்ந்து கிடக்கிறதே!
சிற்றாறும் சிறிதளவு நீர் இல்லாமல்... சிதறிதான் போனதே!
அழகான ஆறும்....... நீர் இல்லாமல் அனாதையாக மாறி
போனதே...!!?

என்று இந்நிலை மாறும் மனிதா...!!
மாற்றம் வேண்டும் உன்னிடமே ....!
இனி மாற வேண்டும் நாமுமே....!!
அநாதையாவது ஆறுகள் மட்டுமல்ல அனைவருமே!
ஆறுகள் அழிவதை தடுப்போம் !
ஆறுகளை காப்போம்....!!

காடும் காடு சார்ந்த இடமும்

பசுமையும் வளமையும் கொண்டு பல் உயிர்
பகுத்துண்டு வாழும் புகலிடமாய்
புல்லும் புதருமாய் புவியில் பசுமை வாசம் செய்யும்
செடியும் கொடியும் சேர்ந்து பிண்ணிப்பிணைந்து
ஒன்றோடு ஒன்று ஒட்டி வளரும் ஒற்றுமையின்
இருப்பிடமாய்
வானுயுர்ந்த மரங்கள் வளர்ந்து உச்சி வெயிலின்போது
நிழலில் மறைந்து இருள் போல் இருப்பதனில்
எண்ணற்ற பறவைகளும் கூச்சலிட்டு மகிழும் நிலை
கண்டபோதினில் அழகிய மான் உண்ணும் புல் தனில்
மறைந்து
வேட்டையாட மணிக்கணக்கில் காத்திருந்த புலி இருப்பதும்
இங்கே உண்ட உணவை ருசித்திட ஊளையிட்டு
நரி வரும் ஒய்யாரமாய் நடைநடந்து யானை கூட்டம்
ஆர்ப்பரிக்கும்
குட்டியுடன் ஆனந்தம் கண்டிடுவீர் தாவி தாவி குதித்து
குரங்கும்
மரத்தினில் செய்யும் சேட்டைகள் ரசித்து பார்த்து
கிளியும் கீச்கீச்யென ஒலி எழுப்பிடுமே ஓடைதனில்
ஆர்ப்பரித்து ஓடும்
நீரில் ஓடும் மீனை ஓரமாய் நின்று லாவகமாய் பிடித்த
முதலை பார்த்த மாடு எருமையும் மருண்டு ஓடும்
பூக்கள் பூத்து குலுங்க தேனீ தேன் உறிஞ்சி மலைத்தேன்
சேமிக்க மரத்தில் கூடு கட்டும் தேனை சேகரிக்க
மலையில் வாழும் மக்கள் உணவாய் உண்டு களிப்புடன்
மகிழ்வர்
கூடி வாழும் வாழ்வில் குறையொன்றும் இல்லையே
காடும் காடு சார்ந்த இடமும் இயற்கை தந்த கொடையன்றோ
அழியாமல் தடுப்பது நமது முறையன்றோ
காட்டு வளமே நாட்டு வளம் மரம் வளர்ப்போம்
மண்ணுலகை காப்போம்

உள்ளொன்று வைத்து புறமொன்று பேசும் உள்ளம் இல்லா
உண்மை மட்டும் கூறும் நிலை வேண்டும் என கேட்டேன்
தாய் என்னும் கோவிலை தடி ஊணும் நிலையில் தனியாக தவிக்க
முதியோர் இல்லம் தள்ளும் நிலை மாறனும்
அருகில் இருந்தும் அன்பாக பேசாமல் ஆளுக்கொரு
கைபேசியில் ஆள் தேடும் நிலை மாறனும்

பொய்யும் புரட்டும் பேசி பொதுமக்கள் பொருளை
சுரண்டி வாழும் பொய்காரர் நிலை மாறனும்
உதவாத வாக்குறுதி கொடுத்து ஊழல் செய்ய
ஆட்சிக்கு வரும் நிலை மாறனும்
மரம் எல்லாம் வெட்டிவிட்டு மரம் வளர்த்தால் மழை பெறுவோம்
மரம் வளர்ப்பின் தேவை பேசுவோர் மனம் மாறனும்
கல்வியை கடைசரக்காக்கி காசுக்கொரு பட்டம் கொடுக்கும்
கல்வி மாறி இல்லாரும் கற்றோராய் மாறும் நிலை வேனும்
பசுமை பூமி பாழ்படுத்தி பயன்படா நிலையில் மாற்றி
பல்லுயிர் வாழா நிலை மாற்றிய மனித மனம் மாறனும்
சுத்தமான மூச்சு காற்று சுவாசிக்க கிடைக்கா சூழ்ந்த
புகைமண்டலமாய் மாறி காசு கொடுத்து காற்று வாங்கும் நிலை மாறனும்
குடிநீரும் குடிக்க தகுதியற்று தரமான நீர் என் தகுதி சான்றிதழ்
தாகம் தீர்க்க வாழும் நிலை மாறனும்
உண்ணும் உணவு விசமாகி உணவே மருந்து என இல்லாமல்
உண்ட பின் மருந்து உண்ணும் நிலை இல்லா நிலை மாறனும்

தானம் தர்மம் செய்யா தான் வாழ்ந்தால் போதும் என்னும்
தவறான வாழ்வு நிலை மாறனும்
எல்லோரும் எல்லாமும் பெற்று இன்பமும்
வாழும் இயற்கையோடு வாழ்க்கை வேண்டும்

நேர் கொண்ட பார்வை

காலையில் உதிக்கும் கதிரவனின் நேர்மை
அதிகாலை கூச்சலிடும் பறவையின் நேர்மை
காலம் நேரம் பாராமல் வீசும் காற்றின் நேர்மை
கிடைத்ததை பகிர்ந்து உண்ணும் காகத்தின் நேர்மை
வரிசை தவறாமல் ஊர்ந்து செல்லும் எறும்பின் நேர்மை
வளர்த்தவருக்கு நன்றி காட்டும் நாயின் நேர்மை
சேகரித்த குச்சிகளை அழகிய கூடுகளாக கட்டும் பறவையின் நேர்மை
எதிர்பார்ப்பு இல்லாமல் எல்லாம் தரும் மரத்தின் நேர்மை
ஓய்வில்லாமல் ஓசை தரும் கடல் அலையின் நேர்மை
இயற்கை தந்த நேர்மை பார்த்து வியக்கும் மனிதா
கையூட்டு பெற்று கறை படிந்து வாழ்கிறாயே
மனசாட்சி இல்லா காசுக்கு உயிர்பலி வாங்ககுகிறாயே
கடமை செய்ய கண்ணியம் தவறுகிறாயே
மதுவின் மயக்கத்திலே மானத்தை இழக்கிறாயே
ஓட்டுக்கு பணத்தை பெற்று ஓட்டை விற்கிறாயே
பொருட்களில் கலப்படம் செய்து பொருளீட்டி வாழ்கிறாயே
பணம் மட்டுமே வாழ்க்கை என்று பாதகம் செய்கிறாயே
நேர் கொண்ட பார்வை கொள் நாளை வரும் தலைமுறை - உன்னை
நானிலம் போற்ற உண்மை அன்பை வாழ்க்கை என மாற்றிக்கொள்
இயற்கை தந்த மனிதரும் நேர்மையான வரிசை சேரட்டும்
நேர் கொண்ட பார்வை வேண்டும் இங்கு மனிதர் யாவரும்
மகிழ்வுடன் வாழ்ந்திடவே

எங்கள் தலைமகனே

கனவு கான சொல்லி எதிர் காலத்தினை உணர செய்த
எங்கள் தலைமகனே
அக்னி சிறகு நூலை படைத்து அகிலமும் அறிவை ஊட்டிய
அன்பு தலைமகனே
எளிமை வாழ்வினை எடுத்துக்காட்டாய் எல்லோர் முன்
வாழ்ந்து காட்டிய எங்கள் தலைமகனே
தாய்நாட்டின் பெருமையை தரணி அறிய தன் அறிவை தந்து
சேவை செய்த தங்க தமிழ்மகனே
தலைமகனாய் இருந்தபோதும் தன்னலமின்றி மக்கள் சேவை
புரிந்த
மகத்தான மாமனிதரே
மாற்றுத்திறனாளி வாழ்வு வளம் பெற எளிய கருவி
கண்டுபிடித்த
மனித நேய விஞ்ஞானியே
துன்பங்களை கண்டு துவளாமல் எதிர்கொண்டு ஏற்ற கண்ட
ஏவுகணை நாயகனே
உன் அறிவை கண்டு உலகம் அழைத்த போதும் உன் அறிவை
தாய்நாட்டிற்க்கு மட்டுமே என் உதறி தள்ளிய உத்தமரே
கலாம் ஐயாவை படி காலமும் நீ சாதிக்கலாம்
கலாம் ஐயா வழி பின்பற்று காலமும் உன் வாழ்வு உயரும்
வாழ்க கலாம் ஐயா புகழ்

அறிவியல் உலகின் அதிசயம்

அண்டமும் அணுவும்
ஆராய்ந்து சொல்வது
ஆதிமனிதன் அச்சம்
தீயால் விலகியது
நெருப்பில் சமைத்து சுவை தந்தது
விலங்கின் தோலை ஆடையாய் மாற்றியது
நிலையில்லா திரிந்தவரை நிலையாய் அமர்த்தியது
குகையில் பதுங்கியவரை
குடிசையில் வாழவைத்தது
கல்லையும் கூர்மை ஆயுதமாய் மாற்றியது
பாறையிலும் அழியாத கல்வெட்டு வரைந்தது
மனிதனையும் ஓசையால் பேச வைத்தது
விவசாய முறையினில் விளைபொருள் விளைவித்தது
தானியங்கள் சேமிக்க
பானைகள் தயாரித்தது
வண்டிமாடு கொண்டே விளைந்தவை வீடுவந்தது
மண்வெட்டியும் மண்ணை உயர்த்த வந்தது
இரும்பு கொண்டு கொல்லர்கருவி தந்ததது
அறிவியலும் வளர்ந்தது அதிசயம் நிகழ்ந்தது
காலம் பார்க்க கடிகாரமும் வந்ததது
தொலைவில் பேச தொலைபேசியும் வந்ததது
எங்கோ நடப்பதும் தொலைக்காட்சியில் வருகிறது
எல்லாம் பார்க்க கணினியும் வந்தது
காலம் கணிக்கும் விண்கலமும் தந்தது
அனைத்தையும் அழிக்கும் அணுகுண்டு தந்தது
உலகில் உள்ளவரை ஒன்றாய் இணைத்தது
சொல்லிலடங்கா சாதனையை செய்து வருவது
அறிவியல் உலகின் அதிசயம் தானே

புரட்சியே புதுமை செய்யும்

ஆதிக்க மனப்பான்மை கொண்ட கொடுங்கோல் ஆட்சி
அகற்றியது
மக்கள் புரட்சி
அதிகார கொட்டத்தில் ஆட்டம் போட்டவர்களை அடிபணிய
வைத்தது
மக்கள் புரட்சி
உழைப்பை உறிஞ்சி ஊதியம் மறுத்த முதலாளித்துவ
முறையை எதிர்த்தது
தொழிலாளர் புரட்சி
மனிதனை கீழோன் என கீழ்தரமாய் நடத்தியதை எதிர்த்து
சமூக நீதி கேட்டு போராடியது
சமூக புரட்சி
பண்ணையத்தில் வைத்து கொத்தடிமை செய்த
கொடுமையை எதிர்த்து
தொழிலாளர் புரட்சி

நாட்டை அபகரித்து அடிமைப்படுத்திய ஏகாபத்திய
முறையை எதிர்த்து
விடுதலை புரட்சி
ஆண்மகன் அற்ற அரசை அபகரிக்க நினைத்த ஆணவக்கார
அரசை எதிர்த்து போராடிய வீரப்பெண்ணின் புரட்சி
நாட்டினை ஆள தகுதியில்லா சுயநல கார்களின் சூழ்ச்சியை
எதிர்த்து போராடிய ஒற்றுமை புரட்சி
புரட்சி வந்த பிறகு மக்கள் வாழ்வில் மாற்றம் வந்ததே
மக்கள் வாழ்வு மலர்ந்ததே
புரட்சியே புதுமையை உருவாக்கும்
வாழ்வில் மலர்ச்சியை உருவாக்கும்

என்னை கவர்ந்த நான்

வீட்டின் கடைக்குட்டியாய் பிறந்த செல்லப்பிள்ளை
வீட்டின் அனைவரும் விரும்பிய செல்லப்பிள்ளை
தந்தை செல்லுமிடமெல்லாம்அழைத்து சென்ற பிள்ளை
அன்னை அன்பு மிகுதியில் அரவணைத்த பிள்ளை
உற்றார் உறவினர் தூக்கி வைத்து கொஞ்சும் பிள்ளை
கேட்டதெல்லாம் பெற்று மகிழும் பிள்ளை
விரும்பும் விளையாட்டு விளையாடிய பிள்ளை
சுற்றுலா பல சென்று மகிழ்ந்த பிள்ளை
கல்வி கற்க ஊக்கம் தந்து பெற்றோர்
கவலை மறக்க நல்ல நண்பர்
என்னுள் திறமை கண்டு வியந்தேன்
கவிதை எழுதும் திறமை பாடும் திறமை நடனம் ஆடும்
திறமை பல தளங்களில் வெளிப்படுத்தி.
என் திறமை கண்டு நான் வியந்தேன்
நினைத்ததை சாதிக்க முடிந்ததை என்னுள் வியந்தேன்
என் திறமை வெளிப்படுத்தி வெற்றி பெற்ற தருணம்
என்னை நினைத்து மகிழ்ந்தேன்
அழகான குடும்பம் அன்பான மனைவி அமைந்த தருணம்
என்னை நினைத்து மகிழ்ந்தேன்
தன்னை தானே பெருமை கொள்வது சுய விளம்பரமாக
தன்னை தானே மகிழ்வது தான் உயர்வுக்கு வழி இதில்
தான் திறமை வெளிப்படும் என்னை கவர்ந்த நான்

கவிதையே கவிதை ரசிக்கும் படி

கவியாக என் உள்ளத்தில் பூத்த மலரே
அழகே வெட்கப்படும் அழகியே
உன் அழகு பார்த்து என்னை மறந்தேன் செல்லமே
உயிரின் உயிரே உயிராய் என் உயிர் கலந்த என் உயிரே
அன்பின் உருவாய் அன்பாய் வந்த அன்பே
உன் கடைக்கண் பார்வை போதுமே
உன் அன்பு வலையில் என்னை வீழ்த்தி விட
காதல் காதல் நீ மட்டும் தான் என் உலகம் செல்லமே

குழந்தைகள் தினம்

அளவற்ற மகிழ்ச்சி தரும் குழந்தைகள்
கள்ளம் கபடம் அறியா குழந்தைகள்
பொறாமை போட்டி இல்லா குழந்தைகள்
பொய்யும் புரட்டும் தெரியா குழந்தைகள்
அன்பை அளவில்லா தரும் குழந்தைகள்
கொஞ்சி கொஞ்சி பேசும் குழந்தைகள்
சின்ன சின்ன குறும்பு செய்யும் குழந்தைகள்
அடம்பிடித்து ஆசை சொல்லும் குழந்தைகள்
மனக்கவலை மறக்க செய்யும் குழந்தைகள்
கூடி விளையாடி மகிழும் குழந்தைகள்
மழலை மொழியில் மகிழ்ச்சி தரும் குழந்தைகள்
அங்கும் இங்கும் ஓடியாடும் குழந்தைகள்
கிளி போல் சொன்னதை செய்யும் குழந்தைகள்
குழந்தைகள் இருக்கும் வீடு தெய்வம் இருக்கும் வீடல்லவா
குழந்தைகளை கொண்டோடுவோம்
குழந்தைகள் மகிழ வாழ்த்திடுவோம்

விலையில்லா விருது

திறமை கண்டு தரும் விருது
பெற்ற பொழுதினில் பேருவகை அடைந்து
நானிலம் போற்ற நல்லோர் வழங்கியதனை
உற்றார் உறவினர் கேட்டு மகிழ
உறவுகள் உள்ள அன்போடு வாழ்த்த
என்னுள் மகிழ்ச்சி இன்பம் பொங்கிட
எனக்கு கிடைத்த அங்கீகாரம் இதுவென்றே
காத்திருந்த காலமும் களிப்புடன் கனிந்தற்றே
காசு கொடுத்து வாங்கும் விருது
கையில் பெற்று வாங்குவது முறையன்றே

மழலை

துன்பம் கொண்ட மனமும் மழலை கண்டு இன்பம் கொள்ளுமே
மழலை கொண்ட இல்லமும் மகிழ்ச்சி பொங்கிடுமே
மழலை குரல் கேட்க மனதை மயக்குதே
பிஞ்சு முகம் தொட்டாலே பஞ்சு மென்மையாகுமே
மழலை சிரிப்பில் கவலை மறப்பீர்
தூக்கி வைத்து முத்திமிட துயரமும் ஓடிடுமே
கிளுகிளுப்பை ஆட்டியும் குவாகுவா குரல் கேட்டு மகிழ்ந்தேனே
மாசற்ற மழலை முகம் மகிழ்ச்சியின் பிறப்பிடமே
மழலை பிறந்த நொடிபொழுதே
மனித பிறவியின் மகத்துவம் உணர்ந்தேனே
மழலை சொல்கேட்டு மகிழ்ச்சி மழையில் நனைந்தனே
அப்பா அம்மா உறவு தந்து ஆனந்தம் தந்தாயே
மழலையே மகிழ்ச்சி மகிழ்ச்சியே மழலை
ரசிப்போம் மழலை குறும்புகளை மகிழ்வோம்
மழலைகளை கொண்டாடுவோம்

மழலையும் மகிழ்வும்

உண்டான போதினிலே உணர்ச்சி மிகுதியிலே
உயிருக்குள் உயிராய் உன்னை உணர்ந்து மகிழ்ந்தேனே
உன் வருகை உலகறிய உறவுகளிடம் உரக்க கூறி
மகிழ்ந்தேனே
ஊடலான உறவுகள் கூட உன் வருகை கேட்டு
உள்ளம் மகிழ்ந்து உறவாடும் நிலை எண்ணி வியந்தேனே
உன் வளர்ச்சி அறிய உன்னை தொட்டு கேட்டு மகிழ்ச்சி
கொண்டேனே
பார்த்து பார்த்து பாசத்தோடு பாலும் பழமும் உண்டு
பாங்குடனே வளர்த்தேனே
ஊர் கூடி வளைகாப்பு விருந்துடன் வளையல்
ஓசை கேட்டு வளரும் உனக்காக வலிகூட மறந்தேனே
மரணவலி வந்த போதும் குவாகுவா சத்தம் கேட்டு
மழலை உன் முகம் பார்த்து சிரித்தேனே
நீ பிறந்த நாளை இனிப்பு வழங்கி கொண்டாடினோமே
அப்பா அம்மா உறவினை தந்த அழகிய புது உறவே
மழலை கண்ணம் தொட்டு சின்ன விரல் தொட்டு சிணு
சிணுவென
உன் அழுகுரல் என அணுஅணுவாய் ரசித்தேனே
இரவு பகல் பாராது பொத்தி பொத்தி பார்த்து வளர்த்தேனே
சின்ன சின்ன குறும்பினை தத்தி தத்தி
தவளும் நடையையும் ஒவ்வொன்றாய் ரசித்தேனே
பாலும் சோறும் பிசைந்து ஊட்டிடும் போதினிலே
பரவசமடைந்தேனே
கொஞ்சி கொஞ்சி பேசும் உன் மழலை மொழி கேட்டு
என் கவலை மறந்தேனே
மழலை வாழும் வீட்டில் மகிழ்ச்சி பொங்கும்
இதுபோல் அளவில்லா மகிழ்ச்சி அள்ளித்தரும்
மழலை என்றும் மகிழ்வே

பள்ளி கால ஞாபகங்கள்

அன்னையை பிரிந்து அழுகையுடன் சென்றேனே
அழுகையை நிறுத்த ஆசிரியர் அரும்பாடு பட்டாரே
அழகாக பாட்ட பாடி அனைவரையும் ஆடவைத்தாரே
சின்ன சின்ன கதையை சொல்லி சிரிக்க வைத்தாரே
சீவாத தலையையும் தப்பு தப்பா பொத்தானையும் சரியா
போட வைத்தாரே
பேனா பென்சில் கேட்டு கொடுத்த பையனெல்லாம்
நண்பர்களா ஆனோமே
வகுப்புக்குள்ளே ரயிலுவண்டி ஓட்டுனோமே
அ ஆ இ சொல்ல ஆர்வமாய் இருந்தோமே
சிலேட்டுல கிறுக்கி கிறுக்கி எழுதி எழுதி பார்த்தோமே
உள்ளேன் ஐயா என உரக்க சொல்லி வருகை சொன்னேனே
மணி அடிச்சவுடனே மதிய உணவு சாப்பிட மடமடவென
ஓடுவோமே
123என 100வரை என சொல்லி சொல்லி எழுதுவோமே
எழுதியதை ரைட்டு வாங்க யார் முதல்ல காட்டனும்னு
ஏட்டிக்கு போட்டி நிப்போமே
மாலை நேரம் வந்துட்டா மறக்காமல் விளையாட
போவோமே
வட்ட வட்டமாக உட்கார்ந்து கொல கொல யா
மந்திரிக்கா சொல்லி விளையாடுவோமே
மாலை வீட்டுக்கு போற வழியிலே மரம் செடி கொடி னு
எண்ணி பார்ப்போமே
மாங்காய் புளியங்கா மரத்திலே கல்லடிச்சி பறித்து சாப்பிட்டு
செல்வேனே
பள்ளியில் நடந்தத பேசிக்கிட்டு சேர்ந்து செல்வோமே
வகுப்பு லீடர்னு டீச்சர் வர்ர வரைக்கும் நானே டீச்சரா
நடிப்பேனே
டீச்சர் வந்தவுடன் குட்மார்னிங் சொல்லி மகிழ்வேனே
வீட்டுப்பாடம் எழுதாமல் வீணா வயறுவலினு நடிப்பேனே
காகா கடிகடிச்சு நண்பர்கள் சேர்ந்து தீனியையும் திண்போமே
சரியா படிக்காத என்னை நல்லா படிக்க நண்பனும் சொல்லி
தந்தானே

புத்தகத்தை தெரியாமல் மிதிச்சிட்ட சாமி
மன்னிச்சிடு தொட்டு வணங்கிட்டோமே
புத்தகத்தில் வளரும்னு மயிலறகே வச்சு வச்சு பார்ப்பேனே
சாதி மதம் அறியா சந்தோஷமா இருந்தோமே
அறிவு என்னும் சுடரை ஏற்றி அழகா தந்த
என் பள்ளி ஞாபகங்கள் என்றும் எனக்கு மகிழ்ச்சியே

பாரதியை காதல் கொள்

தமிழின் பெருமை தரணி ஆள செய்த பாரதியை
காதல் கொள் தமிழின் பெருமை உணர்வீர்
பட்டிதொட்டியெங்கும் தமிழை கொண்டு சென்ற
எளிமை கவிஞர் பாரதியை காதல் கொள் எளிதில்
கவிபடைப்பீர்
பரங்கியரும் பயம் கொள்ள செய்த பாட்டினை தந்த
பாரதியை
காதல்கொள் பயமில்லா கவி படைப்பீர்
அடிமை தனை எதிர்த்து பெண் அகில உலகமும் ஆளும் தகுதி
உண்டென
கவிதை படைத்த பாரதியை காதல் கொள் அஞ்சாமல் துணிவு
கொள்வாய்
சாதி பேதமை கொடுமை சாட்டையடி கவிதை படைத்த
பாரதியை காதல் கொள் சாதிக்க முயற்சி செய்வீர்
தேசம் நேசித்த தேசிய கவிதை வடித்த பாரதியை காதல்
கொள்
தேசப்பற்றை உயிராய் கொள்வாய்
பாரதி பாட்டினை வாசித்துப்பார் பாரதியை காதல்
கொள்வாய்
பாழ்பட்ட மனதும் பண்பட்டு செயல்படுமே
பாரதி பிறந்த நாட்டிலே நானும் பிறந்தேன் பாரதியை காதல்
கொண்டேன்
அதனால் நானும் கவிதை வாசிக்க முயற்சிக்கிறேன்

செந்தமிழ் சுவையில் பாரதி

செந்தமிழ் நாடு கண்டெடுத்த செந்தமிழ் கவிஞரே
பாரத நாடு ஈன்றெடுத்த பைந்தமிழ் கவிஞரே
தமிழின் பெருமையை தரணி போற்ற செய்த எங்கள் பாரதியே
பட்டிதொட்டியெங்கும் தமிழின் பெருமையை உணர செய்த எங்கள் பாரதியே
பாட்டிலே பரங்கியரும் பயம் கொள்ள செய்த எங்கள் பாரதியே
தீண்டாமை கொடுமையை தீந்தமிழ் பாட்டாலே ஒழிக்க போராடிய எங்கள் பாரதியே
பெண்ணுரிமை கேட்டு பெரும் புரட்சியை ஏற்படுத்திய எங்கள் பாரதியே
ஆங்கிலேயரின் ஆணவத்தை அன்னை தமிழ் கவிதையிலே அடக்கியவர் எங்கள் பாரதியே
நாட்டுப்பற்றினை நாட்டு மக்கள் உள்ளங்களில்
கவிதையிலே ஊட்டிய உணர்ச்சி கவிஞர் எங்கள் பாரதியே
எளிய நடையிலே புரியும் மொழியில் பாட்டு அமைத்த
பாட்டுக்கொரு புலவன் எங்கள் பாரதியே
கவிஞர்களின் கவிஞராய் கவி படைத்த மகா கவி எங்கள் பாரதியே
சமூக கொடுமையை சாட்டையடி கவிதைகளால் பாடியவர் எங்கள் பாரதியே
நற்றமிழ் புகழ் நானிலம் போற்ற நாளும் கவிதை புனைந்த நற்றமிழ் கவிஞர் எங்கள் பாரதியே
யாமறிந்த கவிஞரிலே பாரதியை போல் பன்முக கவிஞரை கண்டதில்லை
பாரதி என்றோர் கவிஞருண்டு தனியே அவருக்கொரு சிறப்புண்டு
பெண்கள் போற்றும் பெண்ணடிமை எதிர்த்த ஆண்மை கவிஞர் எங்கள் பாரதி
பாரதி பிறந்தாதலே பாரத நாடு மாறிட்டதே பாரீர்
பாரதி பாட்டினாலே பாழ்பட்ட மனதும் பண்பட்டு மாறிட்டதே பாரீர்

பாட்டை கற்றதாலே வறியவர் வாழ்வும் வளமையாய் மாறிட்டதே பாரீர்
பாரதி பிறந்த நாட்டிலே நானும் பிறந்தேன் என்று பெருமை கொள்வதை
காணீர் மகாகவி புகழ் எட்டுத்திக்கும் பரவட்டும் வாழ்க பாரதி

நாங்கள் ஆடுகள் அல்ல சிங்கங்கள்

மனிதனாய் மண்ணில் பிறந்தோம்
பிறப்பிலே தாழ்வென்று தனியாக ஒதுக்கி வைத்தீர்
குடியிருக்கும் பகுதி சேரியென ஒதுக்கி வைத்தீர்
பொதுகிணற்று நீரும் தாழ்ந்தவன் என கூறி தரமறுத்தீர்
கால்நடையாய் காலில் காலணி அணிய தடைவிதித்தீர்
ஆடை அணிய தடை விதித்து அய்யா சாமி என சொல்ல வைத்தீர்
தாகத்திற்கு தண்ணீர் தர தள்ளி நின்று வெறும் கையில் குடிக்க வைத்தீர்
தேனீர் கடையிலும் தேங்கா தொட்டி குவளையிலே
தனியா நிற்க வைத்து தந்தீர்
பண்ணையத்திலே ஆடு மாடு சாணி அள்ளி
பாடுபட படிப்பறிவு தர மறுத்தீர்
ஆண்டாண்டு காலமாய் அடிமையாய் நாதியில்லா
மனிதனாய் நாகரிகமற்ற மனிதனாக மாற்ற வைத்தீர்
கும்பிடும் சாமியை குலசாமி தாழ்ந்த சாமி என பிரித்து பார்த்தீர்
கோவிலுக்குள் நுழைய விடாமல் வெளியில் நின்று
வேடிக்கை பார்க்கவைத்தீர்
பிஞ்சு நெஞ்சிலே சாதி பேதமை சொல்லி நஞ்சை விதைத்தீர்
ஞானத்திலே கேள்வி கேட்டால் ஊரைவிட்டு தள்ளிவைத்தீர்
சாதியின் பெயராலே வன்கொடுமை செய்தவர்களே
இப்போது
நாங்கள் ஆடுகள் அல்ல மந்தையாய் இருக்க
அறிவு சுடர் ஒளி பெற்று அடக்குமுறையை எதிர்த்து போரிடும்
சிங்கங்கள் யாருக்கும் அடிமை இல்லை மீறி
அடிமை என நினைத்தால் அறிவு கரம் கொண்டு
அடிமை விலங்கை உடைப்போம்
நாங்கள் ஆடுகள் அல்ல சிங்கங்கள் என்பதை மறவாதீர்
சமூக நீதி காப்போம் அன்பை நாளும் விதைப்போம்

"செந்தமிழ் கவியோடு உறவாடு "

அன்னைத் தமிழை ஆர்வமுடன் கற்று விட்டால்
அனுதினமும் செந்தமிழில் கவிதை புனைந்து விடலாம்
இனிமை தமிழை இன்பமுடன் கற்று விட்டால்
இயல்பாய் செந்தமிழில் கவிதை புனைந்து விடலாம்
நல்ல தமிழை நாளும் கற்று விட்டால் நன்றாய்
செந்தமிழில் கவிதை புனைந்து விடலாம்
அருமை தமிழை ஆனந்தமாய் கற்றுவிட்டால் அழகாய்
செந்தமிழில் கவிதை புனைந்து விடலாம்
வனப்பு தமிழை வளமுடன் கற்று விட்டால் வளமான
செந்தமிழில் கவிதை புனைந்து விடலாம்
தேன் அமுத தமிழை தேடிக் கற்றுவிட்டால்
தேனாய் செந்தமிழில் கவிதை புனைந்து விடலாம்
நற்றமிழை நாவிலே கற்று விட்டால்
நாற்றிசை செந்தமிழில் கவிதை புனைந்து விடலாம்
முத்தமிழை முறையாக கற்று விட்டால்
முத்தான செந்தமிழில் கவிதை புனைந்து இடலாம்
இயற் தமிழை இனிமையுடன் கற்று விட்டால்
இலக்கிய செந்தமிழிலும் கவிதை புனைந்து விடலாம்
இசைத் தமிழை இயன்ற அளவு கற்று விட்டால்
இனிமையுடன் செந்தமிழில் கவிதை புனைந்து விடலாம்
நாடகத் தமிழை நாளற கற்று விட்டால்
நடித்தே செந்தமிழில் கவிதை புனைந்து விடலாம்
இன்பத்தமிழை இலக்கணத்துடன் கற்று விட்டால்
இடரின்றிசெருக்குடன் செந்தமிழில் கவிதை
புணைந்திடலாம்
புலமை தமிழை புதிய முறையில் கற்று விட்டால்
புதுக்கவிதை புதையலன படைத்திடலாம்
மாண்புறு தமிழை மாசற கற்று விட்டால்
மரபுகவிதையை மகிழ்ச்சியுடன் படைத்திடலாம்.
பைந்தமிழை சிறிதளவு கற்று விட்டால்
சிறப்பாக கைக்கூ கவிதை படைக்கலாம் .
பாரதி தமிழை பாங்குடன் கற்றதாலே பார்போற்றும்
பல கவிதைகள் படைத்தார்.

பாரதிதாசன் தமிழை பாசத்துடன் கற்றதாலே
பலநூறு கவிதையை பாங்குடன் படைத்து விட்டார்.
கம்பன் தமிழை கரும்பாய் நினைத்து கற்றதாலே
கட்டுத்தறியும் கவிபாட கவிபடைத்தார்.
கவிமணி தமிழைக் கற்கண்டாய் கற்றதாலே
மணி மணியாய் கவிதையை தருவித்தார்.

சுரதா தமிழை சுகமாய் கற்றதாலே
அமுதசுரபியாய் கவிதைகள் அள்ளி இறைத்தார்.
தமிழ் கற்று பார் நீயும் கவிஞன் ஆவாய்.
எண்ணங்களையும் வண்ணங்களையும்...
எழுத்துக்கள் என்னும் இதழ்கள் ஆக்கி......
எழுத்துக்களை வார்த்தை என்னும் மலராக்கி.....
வார்த்தைகளை வாக்கியம் என்னும் மலர் மாலை ஆக்கி ......
பூமாலையாய் கவிமாலையாய் அழகூட்டும்.....
ஆம் நம்தமிழ் நம்மை பெருமை கொள்ளச் செய்யும்
இத்துணை சிறப்பு மிக்க என்அன்னைத் தமிழே .....!!!
உன்னை புகழ உன்னில் இருந்தே...
உன் அழகை பயன்படுத்தி ....
நானும் செந்தமிழில் கவிதை புனைகிறேன்............
உங்கள் செந்தமிழ் கவிதையோடு உறவாட . ...

அன்னை தமிழே

அழகு தமிழே சொல்லில் உன் புகழ் கூற கூற அழகு தானே!
கல் தோன்றா மண் தோன்றா காலத்திலே தோன்றிய
அழகு மொழி நம் தமிழ்தானே!

உலகில் முதன் முதலாய் தோன்றிய
மூத்த மொழியாக உள்ள அழகு மொழி நம் தமிழ் தானே!
மனிதனின் எண்ணங்களை ஓசையால் ஒலிக்க வைத்த
அழகு மொழி நம் தமிழ் தானே!
பிழையற பேச எழுத உலகிற்கு கற்றுக் கொடுக்க
இலக்கியம் பல படைத்த அழகு மொழி நம் தமிழ் தானே!
வாழ்வியலை அறம் பொருள் இன்பம் என பிரிவுகளாக தந்த
அழகு மொழி நம் தமிழ் தானே!
இயல் இசை நாடகம் என முத்தமிழாக இருக்கும் அழகு மொழி
நம் தமிழ் தானே!
தொல்காப்பியமாய் இலக்கணம் வகுத்து ,திருக்குறளும் நாலடியாராய்
அறம் கூறும் அழகு மொழி நம் தமிழ் தானே!
ஐம்பெருங்காப்பியங்களாய் வாழ்வியலை வகுத்து தந்த
அழகு மொழி நம் தமிழ் தானே!
அகநானூறாய் புறநானூறாய் மானுட பண்பை கூறும்
அழகு மொழி நம் தமிழ் தானே!
ஆயிரம் ஆயிரம் இலக்கியம் படைத்த செம்மொழியான
அழகு மொழி நம் தமிழ்தானே!

காலம் அழியா இலக்கியம் எண்ணற்ற படைத்த அழகு மொழி
நம் தமிழ்தானே!
தரணி மட்டுமல்ல மூவுலகம் ஆளும் தகுதியும் திறமையும் கொண்ட
அழகு மொழி நம் தமிழ் தானே!
கன்னி தமிழாய் நாளும் வளர்ந்து விருட்சமாக வீற்றிருக்கும்
அழகு மொழி நம் தமிழ்தானே!

மண்ணுலகம் இருக்கும் வரை மானுடன் வாழும் வரை
மங்காத புகழுடன் வாழும் அழகு மொழி நம் தமிழ் தானே !
அழகு தமிழ் மொழி வாழ்க ! வாழ்க தமிழ்!!வெல்க தமிழ்!!
கவிஞர்

"எம் மொழியின் நிழல்"

தாயினுள் கருவாய் உயிராய் உருவான போதினிலே .....!!
ஓசையாய் பாடலாய் நாளும் தாய் மொழி கேட்டு வளர்ந்த போதினிலே ....
மழலையாய் பிறந்த நொடிப் பொழுதினில் அழுகின்ற குரலிலே.....!!
உற்றார் உறவினர் கொஞ்சி கொஞ்சி மகிழும் பேச்சினை கேட்ட வேளையிலே....!!
தாலாட்டு பாடலாய் தாய் குரல் கேட்டு உறங்கையிலே....!!
தந்தை தோளினிலே விளையாட்டு காட்டிடும் நிலையினிலே...!!
தவழ்ந்து வரும் பொழுதினிலே...! தத்தி தத்தி பேசும் மழலை மொழியினிலே...!!
பிள்ளை வயதினிலே பொருளறியா பேச்சினிலே...!!
அறிவு சுடர் ஏற்றிடவே 'அ' கரத்தை கற்க....!!
ஆசானின் நாவினிலே....!! கேட்டு பார்த்து சொல்லி சொல்லி கேட்கையிலே...!!
அறிவு ஞானம் சிறிது சிறிதாய் பெற்ற வேளையிலே...!!
புரணாங்களை நாடகமாய் நடித்ததை பார்த்த போதினிலே...!!
அறம் கூறும் குறளையும் நாலடியும் தேடி கற்கும் வேளையிலே.....!!
பண்பாட்டின் சிறப்பை பத்துபாட்டில் படிக்கையிலே....!!
வீரம் அன்பினை சிறப்புற கூறும் புறம் அகம் நூலினை கற்ற நிலையினிலே....!!
அழகினை வனப்போடு கூறும் வளமிகு இலக்கியத்தினிலே..!
ஓலைச்சுவடியாய் ஒப்பற்ற காவியமாய் ஒளிந்திருக்கும் இலக்கியத்தினிலே..!
பேச்சாய் எழுத்தாய் பேர் உவகை பெற்றபொழுதினிலே...!
ஆன்றோர் அவையினிலும் அழகூறு கவிபடைக்க அருள் கொடுத்த...!
அன்னை தமிழே....!!
தேன் தமிழே ....!!பைந் தமிழே.....!! முத்தமிழே......!!

வையத்துள் என் வாழ்வு உன் நிழலிலே .....!!
வந்ததிங்கே கண்ட முத்தமிழே .....!!
எம் மொழியின் நிழலாய் உன் புகழ் பறைசாற்ற
வாய்ப்பினை தருவாயாக....!!
நற்றமிழை நாவார கூறிடுவீர்...!
பைந்தமிழை பாடலாக பாமாலை சூட்டிடுவீர் ...!
தேன் அமுத தமிழை சுவைத்து மகிழ்ந்திடுவீர்...!

அரசு பள்ளி ஆசிரியர்:

பாரினை குளிர்விக்கும் பைந்தமிழ் ஊற்று
கல் தோன்றா மண் தோன்றா காலத்தே
தோன்றி மூத்த மொழியாய் மூவுலகும் ஆளும் தகுதி
கொண்ட முத்தமிழே
சிறப்பு பல கொண்டு செழுமை மிக்க மொழியாய் விளங்கும்
செம்மொழியான செந்தமிழே
மனிதனின் எண்ணங்களை ஓசையால்
ஒலிக்க வைத்த ஒப்பில்லா அழகு தமிழே
பிழையின்றி பேச எழுத இலக்கியம் கொண்ட
இயல்பு மொழியான இயற்றமிழே
தோன்றிய மொழிதனில் வீழ்வின்றி
கன்னி தமிழாய் வீறு நடைபோடும் வண்டமிழே
உலகினில் வாழ்வார்க்கு ஒப்ப உயர் அறம் கூறிய உயர்
தமிழே
யாவரும் எளிமையாய் கற்றிட இயைந்த இன்பமொழியே
தேனினும் இனிய தீஞ்சுவை கொண்ட தீந்தமிழே
அகத்திணை அழகூறு கூறும் அன்புமொழி
வாழ்வியல் கூறுகளை வகுத்து
வளமிகு காவியமாய் பல படைத்திட்ட பைந்தமிழே
மாற்றத்திற்கேற்ப தன்னை மாற்றிக் கொண்டு மெருகேற்றி
கொள்ளும் முத்தமிழே
நற்றமிழை நாவிலே கற்று விட்டால் நானிலம் புகழ்பெற
வாழ்ந்திட லாம்
முத்தமிழை முறையாக கற்று விட்டால்
முத்தான வாழ்வை பெற்றிட லாம்
இயற்றமிழை இனிமையுடன் கற்று விட்டால்
இன்பமாய் வாழ்வை அமைத்துக் கொள்ளலாம்
கணினி வழியில் காலம் சென்றினும் கணினியிலும்
தனித்தே கால்பதித்த கணினிதமிழே
பைந்தமிழை சிறிதளவே கற்றுவிட்டால்
பாங்குடன் வாழ்வை அமைத்துக் கொள்ளலாம்
"செந்தமிழ் கவியோடு உறவாடு "
அன்னைத் தமிழை ஆர்வமுடன் கற்று விட்டால்

அனுதினமும் செந்தமிழில் கவிதை புனைந்து விடலாம்
இனிமை தமிழை இன்பமுடன் கற்று விட்டால்
இயல்பாய் செந்தமிழில் கவிதை புனைந்து விடலாம்
நல்ல தமிழை நாளும் கற்று விட்டால் நன்றாய்
செந்தமிழில் கவிதை புனைந்து விடலாம்
அருமை தமிழை ஆனந்தமாய் கற்றுவிட்டால்
அழகாய் செந்தமிழில் கவிதை புனைந்து விடலாம்
வனப்பு தமிழை வளமுடன் கற்று விட்டால் வளமான
செந்தமிழில் கவிதை புனைந்து விடலாம்
தேன் அமுத தமிழை தேடிக் கற்றுவிட்டால்
தேனாய் செந்தமிழில் கவிதை புனைந்து விடலாம்
நற்றமிழை நாவிலே கற்று விட்டால்
நாற்றிசை செந்தமிழில் கவிதை புனைந்து விடலாம்
முத்தமிழை முறையாக கற்று விட்டால்
முத்தான செந்தமிழில் கவிதை புனைந்து இடலாம்
இயற் தமிழை இனிமையுடன் கற்று விட்டால்
இலக்கிய செந்தமிழிலும் கவிதை புனைந்து விடலாம்

இசைத் தமிழை இயன்ற அளவு கற்று விட்டால்
இனிமையுடன் செந்தமிழில் கவிதை புனைந்து விடலாம்
நாடகத் தமிழை நாளற கற்று விட்டால்
நடித்தே செந்தமிழில் கவிதை புனைந்து விடலாம்
இன்பத்தமிழை இலக்கணத்துடன் கற்று விட்டால்
இடரிண்றிசெருக்குடன் செந்தமிழில் கவிதை
புணைந்திடலாம்
புலமை தமிழை புதிய முறையில் கற்று விட்டால்
புதுக்கவிதை புதையலன படைத்திடலாம்
மாண்புறு தமிழை மாசற கற்று விட்டால்
மரபுகவிதையை மகிழ்ச்சியுடன் படைத்திடலாம்.
பைந்தமிழை சிறிதளவு கற்று விட்டால்
சிறப்பாக கைக்கூ கவிதை படைக்கலாம் .
பாரதி தமிழை பாங்குடன் கற்றதாலே பார்போற்றும் பல
கவிதைகள் படைத்தார்.
பாரதிதாசன் தமிழை பாசத்துடன் கற்றதாலே பலநூறு
கவிதையை பாங்குடன் படைத்து விட்டார்.
கம்பன் தமிழை கரும்பாய் நினைத்து கற்றதாலே
கட்டுத்தறியும் கவிபாட கவிபடைத்தார்.

கவிமணி தமிழைக் கற்கண்டாய் கற்றதாலே மணி மணியாய்
கவிதையை தருவித்தார்.
சுரதா தமிழை சுகமாய் கற்றதாலே
அமுதசுரபியாய் கவிதைகள் அள்ளி இறைத்தார்.
தமிழ் கற்று பார் நீயும் கவிஞன் ஆவாய்.
எண்ணங்களையும் வண்ணங்களையும்...
எழுத்துக்கள் என்னும் இதழ்கள் ஆக்கி.....
. எழுத்துக்களை வார்த்தை என்னும் மலராக்கி....
. வார்த்தைகளை வாக்கியம் என்னும் மலர் மாலை ஆக்கி ......
பூமாலையாய் கவிமாலையாய் அழகூட்டும்.....
ஆம் நம்தமிழ் நம்மை பெருமை கொள்ளச் செய்யும்
இத்துணை சிறப்பு மிக்க என்அன்னைத் தமிழே .....!!!
உன்னை புகழ உன்னில் இருந்தே...
உன் அழகை பயன்படுத்தி ....
நானும் செந்தமிழில் கவிதை புனைகிறேன்...........
உங்கள் செந்தமிழ் கவிதையோடு உறவாட . ...

பாரதி பிறந்த தின கவிதை

செந்தமிழ் நாடு கண்டெடுத்த செந்தமிழ் கவிஞரே
பாரத நாடு ஈன்றெடுத்த பைந்தமிழ் கவிஞரே
தமிழின் பெருமையை தரணி போற்ற செய்த எங்கள் பாரதியே
பாட்டிலே பரங்கியரும் பயம் கொள்ள செய்த எங்கள் பாரதியே
தீண்டாமை கொடுமையை தீந்தமிழ் பாட்டாலே ஒழிக்க போராடிய எங்கள் பாரதியே
பெண்ணுரிமை கேட்டு பெரும் புரட்சியை ஏற்படுத்திய எங்கள் பாரதியே
ஆங்கிலேயரின் ஆணவத்தை அன்னை தமிழ் கவிதையிலே அடக்கியவர் எங்கள் பாரதியே
நாட்டுப்பற்றினை ஊட்டிய நாடு போற்றிய மகா கவிஞரே
கவிஞர்களின் கவிஞராய் கவி படைத்த மகா கவி எங்கள் பாரதியே
சமூக கொடுமையை சாட்டையடி கவிதைகளால் பாடியவர் எங்கள் பாரதியே
நற்றமிழ் புகழ் நானிலம் போற்ற நாளும் கவிதை புனைந்த நற்றமிழ் கவிஞர் எங்கள் பாரதியே
யாமறிந்த கவிஞரிலே பாரதியை போல் பன்முக கவிஞரை கண்டதில்லை
பாரதி என்றோர் கவிஞருண்டு தனியே அவருக்கொரு சிறப்புண்டு
பெண்கள் போற்றும் பெண்ணடிமை எதிர்த்த ஆண்மை கவிஞர் எங்கள் பாரதி
பாரதி பிறந்ததாலே பாரத நாடு மாறிட்டதே பாரீர்
பாரதி பாட்டினாலே பாழ்பட்ட மனதும் பண்பட்டு மாறிட்டதே பாரீர்
பாட்டை கற்றதாலே வறியவர் வாழ்வும் வளமையாய் மாறிட்டதே பாரீர்
பாரதி பிறந்த நாட்டிலே நானும் பிறந்தேன்
பெருமை கொள்வதை காணீர் மகாகவி புகழ்
எட்டுத்திக்கும் பரவட்டும் வாழ்க பாரதி
பாரதி பிறந்த தினம் கொண்டாடுவோம்

"பொங்கல் தினம்"

தமிழர் மகிழும் திருநாள்....!
தரணி போற்றும் பெருநாள்....!
உழைப்பை போற்றும் திருநாள்....!
உள்ளம் மகிழும் பெருநாள்....!
ஆதவனை ஆராதிக்கும் திருநாள்...!
வான்மழையை வாழ்த்தும் பெருநாள்...!
மண்ணை மதிக்கும் திருநாள்...!
மாட்டையும் வணங்கும் பெருநாள்...!
பாழ்பட்ட துன்பம் தவறை கழித்து...!!
பாசமான புதியன பலவற்றை புகுத்தி...!
வீடுதோறும் காப்புகட்டி வரவேற்றிடுவோம்...!

பண் பட நிலத்தை உழுது பக்குவமாய் விதையை
நட்டு பருவம் தவறாம மழை பெய்து..!
பொத்தி பொத்தி பார்த்து வளர்த்து மனசு நிறம்ப பயிர்
வளர்ந்து....!
பக்குவமாய் கதிர் அறுத்து...!
விளைந்த நெல்லும் வீடு வர ...!
பட்ட துன்பம் பறந்தோடிடிச்சே...!!
பாவி மனம் குளிர்ந்திடுச்சே ...!
நல்ல விளைச்சல் தந்தற்க்கு நன்றி கூற நல்ல நாளும்
வந்திடிச்சே...!
தை பொறந்தா வழி பொறக்கும்
கதிரவனுக்கு நன்றி கூற சூரிய பொங்கல் வச்சிடுவோம்.....!
புதுபானையிலே புத்தரிசி புது வெல்லம் போட்டு...!
பொங்கலும் வச்சி பொங்கி வரும் பொங்கல் போல...!!
புது வாழ்வு அமைந்தின்னு பொங்கலோ பொங்கல் உரக்க
கூறி...!
மகிழ்ந்திடுவோம்
நிலத்தை உழுது குலத்தை வாழ வைக்கும்.....!
காளைமாட்டி குளிப்பாட்டி கலர் கலரா பொட்டு வைத்து......!
இனிப்பு பொங்கல் ஊட்டி...!
இனிய மாட்டு பொங்கல் கொண்டாடிவோம்...!

உறவுகள் ஒன்றுகூடி ஒருவருக்கொருவர் அன்பு காட்ட.....!
பார்த்து பேசும் காணும் பொங்கல் களிப்புடன்
கொண்டாடிவோம்...!

எனக்கு பிடித்த கவிஞன்

சொல்லிலோ அழகு தமிழின் சிறப்பு
பொருளிலோ எளிய தமிழின் சிறப்பு
கவியினிலோ கருத்து செறிவின் சிறப்பு
உவமையிலோ உவகை தரும் சிறப்பு
புதுமையிலோ புரட்சி கூறும் சிறப்பு
சீர்வரிசையிலோ சீரிய நடை சிறப்பு
எழுத்திலோ எதிர்காலம் கூறும் சிறப்பு
கற்பனையை கண்முன் சொல்லும் சிறப்பு
சமூகசேட்டை சாடும் கவி சிறப்பு
பழமையை பாங்குடன் கூறும் சிறப்பு
பண்பாட்டை பறைசாற்றும் பார்வை சிறப்பு
அநியாயத்தை ஆவேசமாய் எதிர்க்கும் சிறப்பு
வாசிப்பவரும் நேசிக்கும் வல்லமை சிறப்பு
மொழியின் பெருமை உணர்த்தும் சிறப்பு
கவிஞர்களை உருவாக்கும் கவிஞனின் சிறப்பு
அன்னை தமிழை அழகு மொழி பேச வைத்த எங்கள்
கவிஞன் பாரதியே
உலக போற்றும் உன்னத கவிஞரே

தமிழர் திருநாள்

உழவின் பெருமையை உலகறிய
உழவர் சிறப்பை உலகோர் அறிந்திட
உழவுக்கு உறுதுணை புரிந்த
கதிரவனுக்கு நன்றி கூற
மாதம் மும்மாரி பெய்து முப்போகம் விளைந்து
முழுவிளைச்சல் தந்திட துணை நின்ற
மாரியை நினைத்து மண்ணை பண்படுத்தி ஆழ
உழ உழவருக்கு அனுதினமும் உதவும்
மாட்டிற்கு மரியாதை செய்து
மகிழ்ச்சியுடன் இனிப்பு பொங்கல்
ஊட்டி விளைந்த பயிரும் வீடு வந்து சேர்ந்து
விவசாயம் செழித்ததால் வீடெல்லாம்
அழகூட்டி விடியற்காலை எழுந்து
வண்ண வண்ண கோலமிட்டு
வாசலிலே அலங்கரித்து
தித்திக்கும் செங்கரும்புடன் மலர்களும் மாலையாக்கி
புதுப்பானை கொண்டு புத்தரிசியிட்டு
வெல்லம் கலந்து பொங்கி வரும் பொங்கலாய்
புதுவாழ்வு அமைந்திட உவகையுடன்
உறவுகள் கூடி ஒற்றுமையாய்
பொங்கலோ பொங்கல் என கூறி
பங்கீட்டு வழங்கி வாழும் சிறப்பு
தமிழரின் சிறப்பு உழவே தமிழர் திருநாள்
மகிழ்வித்து மகிழ்வோம்

"மண்பானை உணவும் மனித நலமும்"

உடல் நலமே உயிர் நலம்
ஆரோக்கிய உணவே உடல் நலம்
இயற்கை தந்த வளமே விதைத்த பயிரை வாழ வைக்கும்
தன்னை நம்பியவரை தப்பாமல் வாழ வைக்கும் ....!
பிடித்து வைத்து பிள்ளையாராய் மாறிவிடும் ....!
தன்னை மிதிப்பவர் தாங்கும் நிலமே ......!
நிலம் என்னும் மண்ணே.....!
நீ எத்தனை பெயரோடு இருக்கிறாய்....!
நதிகரைதனில் வண்டலாய்...!
மலைகளில் சரளையாய் .....!
கரிசல்காட்டில் களிமண்ணாய்....!
சிவந்த நிறம் கொண்ட செம்மண்ணாய்....!
பாலையில் மணலாய்.....!
பற்பல பெயர் பெற்று விளங்குகிறாய்.....!
களிமண்ணும் குயவர் கைபட்டு சக்கரத்தில் சுற்றி
சுற்றி பல வடிவ பானையாய் உருவாக்குகிறார்...!
மண்ணை குவித்து நீரும் சேர்ந்து நைய பிசைந்து நன்றாய்
குதித்து இதமாய் பதமாய் மாற......!
நல்ல எண்ணம் கொண்டோர் தந்த மண்பானை ....!
மழைநீர் குடிநீர் மண்பானையில் வைத்து குடித்தால்....!
உடலும் குளிரும் உள்ளமும் நெகிழும்..!
மண்மனம் மாறா மாசில்லா தூய நீரின் மகத்துவம்
இதுவென அறிவீர்......!
மண்சட்டி சமையலில் ஒரு ஆப்ப களிகிண்டி ஒவ்வொரு
உருண்ட பிடிச்சி....!
தண்ணியோட ஊறவைச்சி...!
கத்தரிகூட்டடோடு கடிச்சிக்கிட்டு சாப்பிட்டா ......!
கண்ட நோயும் வராது கவலை உனக்கு ஏது....!
கறிக்குழம்பு சமைக்கயில....
கமகமக்கும் வாசனையை.....
மோப்பம் பிடித்து சொல்ல சொல்லும்....
மண்பானை உணவு இருக்க....
மருந்துக்கு வேலை ஏது ......!!?

மறந்து போன மக்கள் மருந்து தேடி அலையறாங்க......!!
மண்ணில் பிறந்து..
மண்ணில் வளர்ந்து..
மண்ணில் வாழ்ந்து..
மண்ணில் மடியும்
மனிதா.....!!
தெரிந்துகொள்...?
மண்ணை நம்பினோர் கைவிடப்படார்...!
களிமண் என்று நினைத்து விடாதே....
கடவுளாய் காட்சி தருவதும் மண்தான்.....!!
கணக்கில்லா பலன் பெறுவது மண்ணில் தான்....!!
கரிசல் காட்டில் கண்டெடுத்த களிமண்ணே.....!!
கலைஞனின் கைவண்ணத்தில்.....
குவளையாய் .... குடமாய் ....
மண் சட்டியே....!
கோடையில் கொளுத்தும் வெயிலில் மண் பானை நீர் குடிக்க....
சூடு குறைந்து உடலும் குளிருமே..... உள்ளமும் நெகிழுமே.....!!
இயற்கை பானை குடிநீரும் இல்லந்தோறும் வேண்டுமே....!!
மாசில்லா குடிநீர் மண்பானை குடிநீரே...!!
நச்சு நீக்கிய நல்ல குடிநீரால்....!
இம்மியளவும் துன்பமில்லை இயற்கை தந்த பானை குடிநீரால்......!!
நமக்கு மண்பானை உணவு மறக்காமல் உண்ண பழகிவிட்டால்.....
மருந்துக்கு வேலையில்லை....
மண்பானை உணவு தானே .....!
மனித நலத்தை காக்கும் உணவு.....!
சுவையான உணவும் மண்சட்டி உணவு தானே.....!!

வெந்து தணிந்தது பெண்மை

பிறந்த நொடியிலே பேச்சுக்கும் ஏச்சுக்கும் வெந்து
நொந்து போனது பெண்மையே
ஓடியாடி விளையாட நினைக்கின்ற போதிலே
பேச்சுக்கும் ஏச்சுக்கும் வெந்து தணிந்தது பெண்மையே
சுதந்திர காற்றை சுவாசிக்க தனியா செல்லலாம் என நடக்க
நினைக்கையிலே
பேச்சுக்கும் ஏச்சுக்கும் வெந்து நொந்தது பெண்மையே
வளர்கிற பொழுதினிலே வெளியே செல்ல பிடித்த செயலை
செய்ய நினைக்கையிலே
பேச்சுக்கும் ஏச்சுக்கும் வெந்து நொந்தது பெண்மையே
வளர்ந்து நின்ற போதினிலே வீட்டை விட்டு வெளியே
செல்ல நினைக்கையிலே
பேச்சுக்கும் ஏச்சுக்கும் வெந்து நொந்தது பெண்மையே
பிடித்த கல்வி கற்க நினைக்கையிலே வெந்து நொந்தது
பெண்மையே
கற்ற கல்வி ஏற்ற வேலை செய்ய நினைக்கையிலே
பேச்சுக்கும் ஏச்சுக்கும் வெந்து நொந்தது பெண்மையே
கனவுகள் நிறைவேற காத்திருக்க நினைக்கையிலே
பேச்சுக்கும் ஏச்சுக்கும் வெந்து நொந்தது பெண்மையே
பணிக்கு செல்லும் நேரத்திலே பாதை வழியிலே பார்ப்பவர்
பார்வை நினைக்கையிலே
பேச்சுக்கும் ஏச்சுக்கும் வெந்து நொந்தது பெண்மையே
களைப்பு நீங்க ஓய்வு வேண்டும் என நினைக்கையிலே
பேச்சுக்கும் ஏச்சுக்கும் வெந்து நொந்தது பெண்மையே
ஓயாமல் ஒரு நொடி விடாமல் உழைக்கும் பெண்மை வெந்து
வெந்து போகிறது தானே உண்மை
பெண்மை உயிருள்ள மனிதர் என்ற நிலை உணர்ந்து உரிமை
தாருங்கள்
பெண்மையே உண்மை பெண்மையை போற்றுவோம்

""வானமளந்த வள்ளுவம்"

மனிதனை மனிதனாக உணர்வதே வள்ளுவம்....!!
வாழ்வியலை வளமாக மாற்றுவதே வள்ளுவம்...!
அறிவினை அறிவால் அறியவைப்பதே வள்ளுவம்....!
மெய்மையை மெய்யால் கூறுவதே வள்ளுவம்....!!
ஆன்மிக அறிவை அறிவியலா தருவதே வள்ளுவம்....!
ஐம்புலன் நிலையை ஐயமின்றி கூறுவதே வள்ளுவம்.....!
எதிர்கால வாழ்வினை எதிர்கொள்ள அறிவை தருவதே வள்ளுவம்...!
தன்னை தனக்கு தெரியவைப்பதே வள்ளுவம்....!
தடம் மாறா தவறில்லா நெறி அறிய வைக்கும் அறநூலே வள்ளுவம்....!
உணர்ச்சியை உணரசெய்து உயர்வுடையவனாக்குவதே வள்ளுவம்.....!
நம்பிக்கை வளர்த்து நல்லமனிதராக மாற்றுவதே வள்ளுவம்...!
யதார்த்த வாழ்வின் சிக்கலை சிறப்புற கூறுவதே வள்ளுவம்....!
ஒற்றுமையை ஒப்புரவு வழி கூறுவதே வள்ளுவம்....!
இல்லறத்தை நல்லறமாக்க இல்லறவியல் கூறுவதே வள்ளுவம்....!
உறவுகளின் உறவினை உண்மையோடு உணர்த்துவதே வள்ளுவம்....!
இயற்கை தந்தவற்றை இயல்பாய் சொல்வதே வள்ளுவம்....!
சீரற்ற வாழ்வை சீர்செய்யும் சிறப்பே வள்ளுவம்...!
பொருளீட்டலை பொதுமறையாக புரியவைப்பதே வள்ளுவம்...!
வள்ளுவம் கற்று பார்...
இயற்கையை விரும்புவாய்....
இனிய வாழ்வை அமைப்பாய்...
எதிர்காலத்தை புரிந்து கொள்வாய்...
தவறினை திருத்துவாய்...
ஆசையை குறைப்பாய் ....
அன்பை விதைப்பாய்

அறிவை வளர்ப்பாய் குணத்தை நெறிபடுத்துவாய்...
மொழியை ரசிப்பாய்.....
மண்ணை மதிப்பாய்
பசுமையை பாதுகாப்பாய்...
உயிர்களுடன் உறவுகொள்வாய்
உரிமையை உணர்வாய்.... கடமையை செய்வாய் ....
மகத்துவம் பெறுவாய்...
பங்கீட்டு வாழ்வாய்....
பண்பில் சிறப்பாய்
உலகை அறிவாய்
உள்ளத்தில் மகிழ்வாய்....
முப்பாலை முறையாக கற்றாலே வாழ்வு முழுமை
பெறுவாய்
வானாளவா புகழ் கொண்ட வள்ளுவமே
சிறப்புமிகு சீரிய வாழ்வு தரும் வள்ளுவமே
நம் வாழ்வியல் தமிழர் வாழ்வியல் தரணி போற்றும்
வாழ்வியல் அத்தகு சிறப்புமிகு வள்ளுவத்தை
தெளிவுற கற்போம் வள்ளுவம் காட்டும்
வாழ்வியலை பின்பற்றி தெவிட்டாத தேன் இன்ப வாழ்வு
வாழ்வோம்.

உழவன் தோளை உயர்த்து

ஓய்வில்லா ஓடிஓடி உழைக்கும் உழைப்பாளியே
உயிர் வாழ உணவு அளிக்கும் உழைப்பாளியே
பிறர் உறங்கும் போதினிலே உறக்கம் தொலைத்து
உழைக்கும் உழைப்பாளியே
சுட்டெரிக்கும் வெயிலில் கூட சுறுசுறுப்பாக களைபறிக்கும்
உழைப்பாளியே
பாழ் பட்ட மண்ணை பண் பட உழுதிடும் உழைப்பாளியே
பண்பட்ட மண்ணை பக்குவமாய் நீர் நிரப்பி பாத்தி கட்டிடும்
உழைப்பாளியே
தேடித்தேடி சேகரித்த விதை ஓடி ஓடி விதைப்பாயே
விதைத்த விதை நல்லா வளருதுன்னு விடிய விடிய
பார்ப்பாயே
சாணம் சாம்பல் புண்ணாக்கு உரமாக உயிர்சத்தாய் தருவாயே
விஷபூச்சி வரும்னு தெரிந்து வரப்பு மேல
விடிய விடிய நடப்பாயே
காற்றடிச்சி கதிரு சாய்ந்தா காயம் பட்ட மனசா மாறிடுவாய்
மழை தண்ணீர் மூழ்கி மனசெல்லாம் ரணம் ஆகிடுவாய்
பறவை பூச்சி கொத்திடாமல் பார்த்து பார்த்து வளர்த்திடுவாய்
சேர்த்து வைத்த காசை போட்டு கடனையும் வாங்கி
விவசாயம் செய்திடுவாய்
பருவமழை பொய்த்து பரதேசியாய் மாறிடுவாய்
நிலத்தை பட்டா போட்டவன் நல்லா வசதி ஆனபோதும்
நிலத்தை உழுது வாழும் உழவன் வாழ்வு உயருவது எப்போ
உழுது பயிருக்கு உரிய விலை கிடைக்கவில்லை
உழவனுக்கு உரிமையில்லை உழவன் வாழ்வு உயரவில்லை
ஒவ்வொரு நாளும் போராட்டம் உழவு செய்ய தவறவில்லை
பசி போக்க பாடுபட பழகி போன பண்பாடு மாறவில்லை
உழவன் உழைப்பை உணர்ந்திடு ஊருக்கு உழைக்கும்
உழவன் வாழ்வை மதித்திடு
உரிய விலை கொடுத்திடு
உண்ணும் போது நினைத்திடு
உழவு தொழில் காத்திடுவோம்
உழவர் வாழ்வை உயர்த்திடுவோம்

www.ingramcontent.com/pod-product-compliance
Lightning Source LLC
LaVergne TN
LVHW041127150826
845673LV00007B/2209

* 9 7 8 9 3 5 5 3 3 4 9 5 4 *